സിപ്പി പള്ളിപ്പുറം
ജനനം 1943-ൽ എറണാകുളം ജില്ലയിലെ വൈപ്പിൻ.
ഭാര്യ: മേരിസെലിൻ. കുട്ടികൾ: ശാരിക, നവനീത്.
വിലാസം : പള്ളിപ്പോർട്ട്. പി.ഒ., പിൻ. 683515

Malayalam Language
Kolakompananayum Theneecharaniyum
(Children's Literature)
by
Sippy Pallippuram

♦

Published in April 2019
by Kairali Books Private Limited
Thalikkavu Road, Kannur.
Ph : 0497-2761200
E-Mail : Kairalibooksknr@gmail.com

♦

Illustrations
Aravind Vattamkulam

♦

Cover Design
Prasanth Mangad

♦

Price ₹: 170.00
4/19-20/Sl.No.1074/500/NS.18.6
ISBN. 978-93-88087-84-1

കൊലകൊമ്പനാനയും തേനീച്ചറാണിയും

സിപ്പി പള്ളിപ്പുറം

കൈരളി ബുക്സ്

ഉള്ളടക്കം

കൊലകൊമ്പനാനയും തേനീച്ചറാണിയും

ഇരുമ്പനത്ത് ഒരു കരിമ്പാട്ടിയമ്മാവനുണ്ടായിരുന്നു. വലിയൊരു കരിമ്പിൻ തോട്ടത്തിന്റെ ഉടമയായിരുന്നു അമ്മാവൻ. കരിമ്പു ചെടികൾ മൂത്തു പാകമാകുമ്പോൾ, അതിന്റെ നീരെടുത്ത് ശർക്കരയുണ്ടാക്കി വിൽക്കുന്ന ജോലിയായിരുന്നു മൂപ്പീന്നിന്.

ഒരു ദിവസം കരിമ്പാട്ടിയമ്മാവൻ കരിമ്പു വെട്ടാനായി കരിമ്പിൻ തോട്ടത്തിൽ ചെന്നു. അപ്പോൾ ഒരു കുമ്പവയറൻ കൊമ്പനാന തോട്ടത്തിലെ കരിമ്പുചെടികളെല്ലാം വെട്ടിവിഴുങ്ങുന്നതാണു കണ്ടത്. ഇതുകണ്ട് കരിമ്പാട്ടിയമ്മാവന് വല്ലാത്ത ദേഷ്യം വന്നു. അയാൾ കൊമ്പനാനയോടു പറഞ്ഞു:

വമ്പച്ചാരേ, കൊമ്പച്ചാരേ....! നീയെന്റെ കരിമ്പു മുഴുവൻ തിന്നു തീർത്തല്ലോ. മര്യാദയക്കു വേഗം ഇവിടന്നു പോയില്ലെങ്കിൽ നിന്നെ ഞാൻ വെടിവെക്കും.

ഇതുകേട്ട് കുമ്പവയറൻ കൊമ്പനാന ഒന്നുറക്കെ അമറി. അവൻ ഒട്ടും കൂസലില്ലാതെ കരിമ്പാട്ടിയമ്മാവനോടു കയർത്തു:

എടോ അമ്മാവാ, എന്നോടു കളിക്കേണ്ട; ഒറ്റക്കൊമ്പൻ കേശവനാണ് ഞാൻ! വെടിവെക്കാൻ വന്നാൽ തന്നെ ഞാൻ ഒറ്റക്കുത്തിനുകൊല്ലും. ഇതുകേട്ട് കരിമ്പാട്ടിയമ്മാവൻ പേടിച്ച് അവിടെനിന്ന് ഒരൊറ്റയോട്ടം!

അമ്മാവൻ പേടിച്ചോടുന്നത് കരിമ്പനക്കാട്ടിലെ വീരയ്യൻ കേസരികണ്ടു. എന്തിനാണിങ്ങനെ ഓടുന്നതെന്ന് കേസരി അന്വേഷിച്ചു. അപ്പോൾ അമ്മാവൻ കരഞ്ഞുകൊണ്ട് പറഞ്ഞു :

പൊന്നു കേസരീ, ഒറ്റക്കൊമ്പൻ കേശവൻ എന്റെ കരിമ്പ് മുഴുവൻ തിന്നുമുടിച്ചു. കടന്നുപോകാൻ പറഞ്ഞപ്പോൾ ആ ധിക്കാരി

എന്നെ കുത്തിക്കൊല്ലാൻ വരുന്നു. ഇതു മര്യാദയാണോ?

അമ്മാവൻ സമാധാനിക്കൂ. അവന്റെ കുറുമ്പ് ഞാൻ കുറച്ചു തരാം -വീരയ്യൻ കേസരി വേഗം അമ്മാവനെയും കൂട്ടി കരിമ്പിൻ തോട്ടത്തിലേക്കു നടന്നു.

പക്ഷേ, എന്തുകാര്യം? വീരയ്യൻ കേസരിയെ കണ്ടിട്ടും അവന് യാതൊരു കൂസലുമുണ്ടായില്ല. അവൻ പറഞ്ഞു:

എടോ മൃഗരാജാ, താൻ എന്നോട് കളിക്കാൻ നോക്കേണ്ട. ഇത് ഒറ്റക്കൊമ്പൻ കേശവനാണ്. വേഗം സ്ഥലം വിട്ടോ.

കുമ്പവയറൻ കൊമ്പനാന കൊമ്പുകുലുക്കിക്കൊണ്ട് മുന്നോട്ടുനീങ്ങി. ഇതുകണ്ട് വീരയ്യൻ കേസരിയും കരിമ്പാട്ടിയമ്മാവനും പേടിച്ചുവിറച്ച് പ്രാണനും കൊണ്ടോടി. അവർ പേടിച്ചോടുന്നത് മലമൂട്ടിലെ കടുവയണ്ണാൻ കണ്ടു. കടുവയണ്ണൻ ചോദിച്ചു:

ഹേയ്...! എന്താണിങ്ങനെ പേടിച്ചോടുന്നത് ?

ഒന്നും പറയേണ്ടെന്റെ കടുവയണ്ണാ; ആ ഒറ്റക്കൊമ്പൻ കേശവൻ ഞങ്ങളെ കൊല്ലാക്കൊല ചെയ്യുന്നു -അവർ വിക്കി വിക്കി പറഞ്ഞു.

സാരമില്ല; നിങ്ങൾ ധൈര്യമായിരിക്കൂ. ഒറ്റക്കൊമ്പനെ കടിച്ചുകീറി ഞാൻ ചോര കുടിക്കുന്നത് നിങ്ങൾ കണ്ടോളൂ -കടുവയണ്ണൻ വീരയ്യൻ കേസരിയെയും കരിമ്പാട്ടിയമ്മാവനെയും കൂട്ടി കരിമ്പിൻ തോട്ടത്തിലേക്കു ചെന്നു. അപ്പോഴെന്താ? കരിമ്പിൻ തോട്ടത്തിന്റെ പകുതിയും കേശവൻ തിന്നുമുടിച്ചു കഴിഞ്ഞിരുന്നു.

എടാ വാലേൽച്ചൂലാ...! വേഗം ജീവനും കൊണ്ട് പാഞ്ഞോളൂ. അല്ലെങ്കിൽ നിന്റെ ചോര കുടിച്ചിട്ടേ ഞാൻ പോകൂ -കടുവയണ്ണൻ അലറി. പക്ഷേ, കടുവയറൻ കൊമ്പനാന കുലുങ്ങിയില്ല; അവൻ കയർത്തു:

ചോരകുടിക്കാൻ വന്നാൽ നിന്റെ വയറു ഞാൻ കുത്തിപ്പൊട്ടിക്കും!

കുമ്പവയറൻ കൊമ്പാനാന ഒന്നു മുന്നോട്ടാഞ്ഞപ്പോഴേക്കും ചങ്ങാതിമാർ മൂവരും ഓടടാ ഓട്ടം......!

അവർ പേടിച്ചോടുന്നത് പന്നിയൂർക്കാവിലെ വെളുമ്പൻ പന്നി കണ്ടു. വെളുമ്പൻ തേറ്റ കുലുക്കിക്കൊണ്ടു ചോദിച്ചു:

എന്താ ചങ്ങാതിമാരേ, നിങ്ങൾ വാണം വിട്ടതുപോലെ പായുന്നത്? എന്തുണ്ടായി?

ഒന്നും പറയേണ്ട; ആ ഒറ്റക്കൊമ്പൻ കേശവൻ എന്റെ കരിമ്പു മുഴുവൻ തിന്നുമുടിച്ചു. എന്നെ സഹായിക്കാൻ വന്നവരെയും ആ ഭയങ്കരൻ ആട്ടിയോടിച്ചു -കരിമ്പാട്ടിയമ്മാവൻ കണ്ണീരോടെ അറിയിച്ചു.

അമ്മാവൻ കരയേണ്ട; അവനെ ഞാൻ ഒറ്റയടിക്കു വീഴ്ത്താം, വരൂ.

വെളുമ്പൻ പന്നി ദേഷ്യത്തോടെ മുന്നിൽ നടന്നു. വീരയ്യൻ കേസരിയും കരിമ്പാട്ടിയമ്മാവനും കടുവയണ്ണനുമെല്ലാം പിന്നാലെ നീങ്ങി.

അവർ ചെല്ലുമ്പോഴും കുമ്പവയറൻ കൊമ്പനാന കരിമ്പൊടിച്ചു തിന്നുകയായിരുന്നു. വെളുമ്പൻ പന്നി പറഞ്ഞു:

എടാ കേശവാ, മര്യാദയ്ക്ക് പൊയ്ക്കോ. അല്ലെങ്കിൽ എന്റെ തേറ്റയുടെ മൂർച്ച നീ നന്നായി അറിയും.

ഹൊ; അങ്ങനെ പേടിപ്പിക്കാതെ! തേറ്റയുമായി അടുത്തുവന്നാൽ നിന്നെ ഞാൻ പന്തുതട്ടുംപോലെ തട്ടും...! കുമ്പവയറൻ കാലുയർത്തി മുന്നോട്ടാഞ്ഞു.

ഇതുകേട്ട് വെളുമ്പൻ പന്നിയും കൂട്ടരും തിരിഞ്ഞു നോക്കാതെ ഓടി! അവരുടെ ഓട്ടം കണ്ട് തേഞ്ചോലക്കാവിലെ തേനീച്ച റാണിക്ക് ചിരിവന്നു. തേനീച്ച റാണി ചോദിച്ചു:

ഹേയ് വീരന്മാരേ, എന്തുപറ്റി? നിങ്ങളെ വല്ല കാളിയോ കൂളിയോ തിന്നാൻ വന്നോ?

അല്ലല്ല; അതൊന്നുമല്ല -വെളുമ്പൻ പന്നി കുമ്പവയറൻ കൊമ്പനാനയുടെ തല്ലുകൊള്ളിത്തരത്തെക്കുറിച്ച് വളരെ വിശദമായിത്തന്നെ തേനീച്ച റാണിയെ അറിയിച്ചു. അതുകേട്ട് റാണി വീണ്ടും ചിരിച്ചിട്ടു പറഞ്ഞു:

എടോ ചങ്ങാതിമാരേ, വമ്പന്മാരും വായാടികളുമായി നടന്നതുകൊണ്ടുമാത്രം കാര്യമില്ല. അൽപം ധൈര്യവും വേണം! വരൂ; ഞാനവനെ കൊമ്പുകുത്തിക്കാം -തേനീച്ച റാണി അവരെ ക്ഷണിച്ചു.

ഇതുകേട്ട് കരിമ്പാട്ടിയമ്മാവനും വീരയ്യൻ കേസരിയും കടുവയണ്ണനും വെളുമ്പൻ പന്നിയും ചേർന്ന് റാണിയെ പരിഹസിച്ചു:

അയ്യയ്യേ...! നീയെന്താ ഇപ്പറയുന്നത്? ആ കൊലകൊമ്പന്റെ മുന്നിൽ നീയാര്? അവൻ നിന്നെ ചിവിട്ടിയരക്കും.

നിങ്ങൾ വരുന്നില്ലെങ്കിൽ വേണ്ട; ഞാൻ ഒറ്റക്കുതന്നെ അവനെ നേരിട്ടോളാം.

തേനീച്ച റാണി ഒരു മൂളിപ്പാട്ടോടെ കരിമ്പിൻ തോട്ടത്തിലേക്ക് പറന്നു.

ഈച്ചക്കുഞ്ഞേ, മണ്ടിപ്പെണ്ണേ...! നിന്റെ കഥ കഴിഞ്ഞതുതന്നെ! അവർ വീണ്ടും അവളെ കളിയാക്കിച്ചിരിച്ചു. കൊമ്പനാന അവളെ കൊല്ലുന്നത് കാണാൻ കരിമ്പാട്ടിയമ്മാവനും ചങ്ങാതിമാരും തോട്ടത്തിനരികിൽ ഒളിച്ചുനിന്നു.

തേനീച്ച റാണി ചെന്നപ്പോഴും കുമ്പവയറൻ കൊമ്പനാന കരിമ്പുചെടികൾ ഒടിച്ചുതിന്നുകയായിരുന്നു. തേനീച്ച റാണി മെല്ലെ മെല്ലെ പറന്നുചെന്ന് കൊമ്പനാനയുടെ തുമ്പിക്കൈക്കുള്ളിൽ കടന്നുപറ്റി. റാണി അവിടെയിരുന്ന് കുത്താനും കടിക്കാനും മൂളാനും മാന്താനും തുടങ്ങിയതോടെ ആന വല്ലാതെ അമ്പരന്നു!

വിറളിപൂണ്ട കൊമ്പനാന ചിന്നം വിളിച്ചുകൊണ്ട് അകലേക്കോടി. കാടും മലകളും താഴ്വരകളും പിന്നിട്ട് അവൻ വളരെ ദൂരം കടന്നപ്പോൾ തേനീച്ചറാണി പുറത്തിറങ്ങി. അവൾ ആനയുടെ ചെവിക്കരികിൽ ചെന്നിട്ട് ചോദിച്ചു:

കൊമ്പാനാനേ വമ്പനാനേ, ഉപദ്രവം കാട്ടാൻ നീ ഇനി ഇങ്ങോട്ടുവരുമോ?

ഇല്ല റാണീ; ഇല്ല...! ഞാനിനി കരിമ്പിൻ തോട്ടത്തിലും വരില്ല; ഈ നാട്ടിലും വരില്ല; നീയെന്നെ വെറുതെ വിട്ടാൽമതി - കുടവയറൻ കൊമ്പനാന നിലത്തു കൊമ്പുകുത്തി തോൽവി സമ്മതിച്ചു.

അപ്പോഴേക്കും തേനീച്ചറാണി ഒന്നും അറിയാത്തതുപോലെ മൂളിപ്പാട്ടും പാടി മടങ്ങിപ്പോന്നു. ആദ്യം പരിഹസിച്ച വമ്പന്മാരെല്ലാം അവളെ വേണ്ടുവോളം പുകഴ്ത്തി. ശക്തികൊണ്ട് ജയിക്കാൻ കഴിയാത്തതിനെ ബുദ്ധികൊണ്ട് കീഴടക്കാമെന്ന പാഠം അവരെല്ലാം പഠിച്ചു.

റോസാച്ചെടിയുടെ അഹങ്കാരം

ഒരിടത്ത് പൊന്നമ്പിളി എന്നുപേരുള്ള ഒരു മിടുമിടുക്കി പെൺകുട്ടിയുണ്ടായിരുന്നു. അവൾക്ക് പൂക്കളോട് വലിയ ഇഷ്ടമായിരുന്നു.

ഒരിക്കൽ പൊന്നമ്പിളിയുടെ പൂന്തോട്ടത്തിൽ രണ്ടു പൂച്ചെടികൾ പൂത്തുലഞ്ഞു. എന്തൊക്കയാണെന്നോ? ഒന്നൊരു റോസാച്ചെടി; മറ്റൊന്ന് ചെമ്പരത്തി.

റോസാച്ചെടി വലിയ അഹങ്കാരിയായിരുന്നു. ഏറ്റവും നല്ല പൂക്കൾ തന്റേതാണെന്നായിരുന്നു അവളുടെ വിചാരം. എന്തിനുപറയുന്നു; റോസാപ്പൂക്കൾക്കു ചുറ്റും പൂമ്പാറ്റകളും പൂത്തുമ്പികളും കരിവണ്ടുകളും വട്ടമിട്ട് പറന്നുകൊണ്ടിരുന്നു.

ഇതുകണ്ടപ്പോൾ റോസാച്ചെടി തന്നെത്താൻ പറഞ്ഞു: ഹായ് ഹായ്!... എന്റെ പൂക്കൾ കാണാൻ എന്തൊരു ചന്തം! എന്തൊരു സുഗന്ധം! സ്വർഗ്ഗത്തിലെ മാലാഖമാരുടെ നിറമാണ് ഇവയ്ക്കുള്ളത്. കണ്ടില്ലെ? പൂമ്പാറ്റകളും പൂത്തുമ്പികളുമെല്ലാം എനിക്കു ചുറ്റുമാണ് നൃത്തം വയ്ക്കുന്നത്!

റോസാച്ചെടി ഉറക്കെ പൊട്ടിച്ചിരിച്ചു. അവളുടെ പരിഹാസച്ചിരി കേട്ട് പാവം ചെമ്പരത്തിയുടെ മുഖംവാടി. അവൾ ചോദിച്ചു:

എന്റെ പൊന്നു റോസാച്ചെടീ, ഞാൻ നിനക്ക് യാതൊരു ഉപദ്രവവും ചെയ്തില്ലല്ലോ. വെറുതെ എന്തിനാണ് എന്നെ പരിഹസിക്കുന്നത്?

ങ്ഹാ, ചുവന്ന മുഖവും വീർപ്പിച്ച് നീയവിടെ നിന്നോളൂ. ഇനിയും ഞാൻ നിന്നെ പരിഹസിക്കും! - റോസാച്ചെടി പിന്നെയും കുലുങ്ങിച്ചിരിച്ചു.

ഇതിനിടയിലാണ് പൂക്കളെ താലോലിക്കാനായി പൊന്നമ്പിളി പൂന്തോട്ടത്തിലേക്ക് കടന്നുവന്നത്.

അവൾ എല്ലായ്പ്പോഴും നല്ലമണവും ചന്തവുമുള്ള റോസാപ്പൂക്കളുടെ അരികിലേക്കു മാത്രമേ പോവുകയുള്ളൂ എന്ന് ചെമ്പരത്തിക്ക് നന്നായി അറിയാമായിരുന്നു. തന്റെ നിർഭാഗ്യം! അല്ലാതെന്താ? ചെമ്പരത്തി സ്വയം ആശ്വസിച്ചു.

പൊന്നമ്പിളി വരുന്നതു കണ്ടപ്പോൾ റോസാച്ചെടിയുടെ അഹങ്കാരം കുറേക്കൂടി വർദ്ധിച്ചു. റോസാച്ചെടി ചെമ്പരത്തിയെ നോക്കിപറഞ്ഞു:

ഇതാ, പൊന്നമ്പിളി എന്റെ അരികിലേക്കു വരുന്നുണ്ട്. അവളിപ്പോൾ ഓടിവന്ന് എന്റെ പൂക്കൾക്കെല്ലാം മുത്തം കൊടുക്കും! നിന്നെപ്പോലുള്ള കാട്ടുചെമ്പരത്തിയെ ആർക്കുവേണം? ഫൂ!

ഇങ്ങനെ പറഞ്ഞു നിൽക്കുന്നതിനിടയിൽ പൊന്നമ്പിളി റോസാച്ചെടിയുടെ അരികിലെത്തി. വന്നപാടെ അവൾ റോസാപ്പൂക്കളെ താലോലിക്കാനായി ചെടിയുടെ കമ്പിൽ കടന്നുപിടിച്ചു.

ഹമ്മേ!.... എന്റെ കൈ!... എന്റെ കൈ!... - പൊന്നമ്പിളി ഉച്ചത്തിൽ പൊട്ടിക്കരയാൻ തുടങ്ങി. അവളുടെ കൈവിരലിൽ നിന്ന് കുടകുടായെന്ന് ചോരത്തുള്ളികൾ ഇറ്റുവീണുകൊണ്ടിരുന്നു.

ദുഷ്ടത്തി!... എന്റെ വിരൽത്തുമ്പു മുഴുവൻ കീറിമുറിച്ചു. വേദനകൊണ്ട് എനിക്ക് സഹിക്കാൻ മേല!.... ഞാനിനി ഇവളെ വച്ചേക്കില്ല.

അടക്കാനാവാത്ത ദേഷ്യത്തോടെ പൊന്നമ്പിളി ആ റോസാച്ചെടിയെ മൂടോടെ പറിച്ചെടുത്തു: മൂധേവീ!.... ഇനി നിന്നെ ഈ തോട്ടത്തിൽ കാണേണ്ട! - അവൾ റോസാച്ചെടിയെ ദൂരേയ്ക്ക് ഒറ്റയേറ്!

ഇതെല്ലാം കണ്ട് അപ്പോഴും പാവം ചെമ്പരത്തി തലയും താഴ്ത്തി നിന്നു. പൊന്നമ്പിളി മെല്ലെ നടന്നു ചെന്ന് ചെമ്പരത്തിയെ മന്ദം മന്ദം തഴുകി : ആരെയും നോവിക്കാത്ത നിന്നെയാണ് എനിക്കിഷ്ടം!

ഉപകാരിയമ്മാവനും കാട്ടുപൂച്ചയും

ഒരിടത്തൊരിടത്ത് ഒരു ഉപകാരിയമ്മാവനുണ്ടായിരുന്നു. ആര് ആപത്തിൽപ്പെട്ടെന്നു കേട്ടാലും അമ്മാവൻ അവിടെ ഓടിയെത്തും; ശത്രുവെന്നോ മിത്രമെന്നോ നോക്കാതെ അവർക്ക് വേണ്ടുന്ന സഹായങ്ങൾ ചെയ്യും. അങ്ങനെയാണ് അയാൾക്ക് ഉപകാരിയമ്മാവൻ എന്ന പേരുവന്നത്.

ഒരിക്കൽ ഉപകാരിയമ്മാവൻ ഒരു കാട്ടുവഴിയിലൂടെ എങ്ങോട്ടാ പോവുകയായിരുന്നു. അപ്പോഴാണ് ഒരു ദയനീയമായ കരച്ചിൽ ഉയർന്നുകേട്ടത് :

അയ്യോ....! എന്നെ രക്ഷിക്കണേ; ഞാനിപ്പോൾ ചാകുമേ!

കരച്ചിൽ കേൾക്കേണ്ട താമസം; ഉപകാരിയമ്മാവൻ അവിടെ ഓടിയെത്തി. ഒരു ആഞ്ഞിലിമരത്തിന്റെ ചോട്ടിലുള്ള മൺപൊത്തിൽ നിന്നായിരുന്നു ആ കരച്ചിൽ!

എന്താ എന്തുപറ്റി? ആരാണിതിനകത്ത്? അമ്മാവൻ വെപ്രാളത്തോടെ വിളിച്ചു ചോദിച്ചു.

ഞാനൊരു മലമ്പാമ്പാണ്...! മണിയൻ മലമ്പാമ്പ്...! ഈ മാളത്തിനുള്ളിൽ ഞാൻ വല്ലാതെ കുടുങ്ങിപ്പോയി! എന്നെ രക്ഷിക്കണേ! മലമ്പാമ്പ് വീണ്ടും കരയാൻ തുടങ്ങി.

അതുകേട്ടപ്പോൾ ഉപകാരിയമ്മാവന്റെ മനസ്സലിഞ്ഞു. അയാൾ ഒരു കൂർത്ത കല്ല് കൊണ്ടുവന്ന് മാളത്തിന്റെ വായ് കുത്തിപ്പൊളിച്ച് മലമ്പാമ്പിനെ പുറത്തെടുത്തു. അപ്പോൾ പാമ്പു പറഞ്ഞു :

അമ്മാവാ, അങ്ങ് വലിയ ഉപകാരിയാണല്ലോ! രക്ഷിച്ചതിനു നന്ദി. ഇത്രയും ചെയ്ത നിലക്ക് എന്നയൊന്ന് പൊക്കിയെടുത്ത്

പൊന്മലയിലാക്കിയിട്ട് പൊയ്ക്കോളൂ -മണിയൻ മലമ്പാമ്പ് അപേക്ഷിച്ചു.

ഉപകാരിയമ്മാവൻ സന്തോഷത്തോടെ പാമ്പിനെ പൊക്കി തോളിലേറ്റിക്കൊണ്ട് പൊന്മലയിലേക്കു നടന്നു. പൊന്മലയിലെത്തിയപ്പോൾ അമ്മാവൻ മലമ്പാമ്പിനെ താഴെയിറക്കി വെച്ചു. അപ്പോഴാണ് പാമ്പിന്റെ തനിസ്വഭാവം പുറത്തുവന്നത്. പാമ്പ് പറഞ്ഞു:

എടോ കിഴവാ, തന്നെ ഞാൻ വിഴുങ്ങാൻ പോവുകയാണ്. എനിക്കു വല്ലാതെ വിശക്കുന്നു!

എന്ത്, നിന്നെ രക്ഷിച്ചതിന് പ്രതിഫലം ഇതാണോ? ഇതെന്തു ന്യായം? ഉപകാരിയമ്മാവൻ ഒരു നടുക്കത്തോടെ ചോദിച്ചു.

അതെ; ഇതുതന്നെയാണ് എന്റെ ന്യായം! മണിയൻ മലമ്പാമ്പ് വായ്പൊളിച്ച് അയാളെ വിഴുങ്ങാനടുത്തു. അപ്പോൾ അയാൾ പറഞ്ഞു:

വിഴുങ്ങാൻ വരട്ടെ. അതിനു മുമ്പായി നീ ചെയ്യുന്നത് മര്യാദയാണോയെന്ന് നമുക്ക് പുറത്തുള്ള രണ്ടുമൂന്നു പേരോട് ചോദിക്കാം.

ഓഹോ! ചോദിച്ചോളൂ - മലമ്പാമ്പ് സമ്മതിച്ചു.

ഉപകാരിയമ്മാവനും മണിയൻ മലമ്പാമ്പും കൂടി കാട്ടുവഴിയിലൂടെ യാത്രയായി. കുറച്ചുദൂരം ചെന്നപ്പോൾ ഒരു കൊമ്പനാന അതുവഴി വന്നു. അവർ രണ്ടുപേരും ആനയോട് തങ്ങളുടെ ആവലാതി പറഞ്ഞു. ആന പാമ്പിന്റെ ഭാഗം ചേർന്നുകൊണ്ട് പറഞ്ഞു :

എടാ മണിയാ, നീ ഇയാളെ വിഴുങ്ങുന്നതിൽ ഒരു തെറ്റുമില്ല. മനുഷ്യർ നന്ദികെട്ടവരാണ്; കാട്ടിൽ ജീവിക്കുന്ന ഞങ്ങളെ കുഴിയിൽ വീഴ്ത്തി പിടിച്ചുകൊണ്ടുപോകുന്ന ക്രൂരന്മാരാണ് ഇവർ!

ഇതുകേട്ട് പാവം ഉപകാരിയമ്മാവൻ വല്ലാതെ വിഷമിച്ചു. അവർ വീണ്ടും മുന്നോട്ടു നീങ്ങിയപ്പോൾ ഒരു മുള്ളൻപന്നി അതുവഴി വന്നു. അവർ വിശേഷമെല്ലാം അവനെ അറിയിച്ചു. എല്ലാം കേട്ടിട്ട് മുള്ളൻപന്നി പറഞ്ഞു:

പാമ്പച്ചാ, നീ ഇയാളെ വിഴുങ്ങുന്നതിൽ ഒരു തെറ്റുമില്ല. മനുഷ്യർ മര്യാദകെട്ടവരാണ്. പാവപ്പെട്ട ഞങ്ങളെ കെണിവെച്ച് പിടികൂടി കുലം മുടിക്കുന്നത് ഈ മഹാപാപികളാണ്!

അതുകൂടി കേട്ടപ്പോൾ അയാളുടെ നെഞ്ചിൽ ഒരു ഇടിവെട്ടി! എന്തായാലും ഒരാളോടുകൂടി അഭിപ്രായം ചോദിച്ചിട്ട് തന്നെ വിഴു

ങ്ങിക്കൊള്ളാൻ അയാൾ മലമ്പാമ്പിന് വാക്കുകൊടുത്തു. അങ്ങനെ ഇരുവരും മുന്നോട്ടു നീങ്ങുമ്പോഴാണ് അത്തിമരത്തിന്റെ മുകളിലിരിക്കുന്ന കാട്ടുപൂച്ചയെ കണ്ടത്. അവർ കാട്ടുപൂച്ചയോട് തങ്ങളുടെ ആവലാതി പറഞ്ഞു. എല്ലാം കേട്ടിട്ട് പൂച്ച ഒന്നുമറിയാത്ത മട്ടിൽ പറഞ്ഞു :

എന്ത്? നീ പറയുന്നതൊന്നും എനിക്ക് മനസ്സിലാകുന്നില്ലല്ലോ പാമ്പച്ചാ...! എനിക്ക് അൽപം കേൾവിക്കുറവുണ്ട്. വരൂ, എന്റെ അടുത്തുവന്നിട്ട് ചെവിയിൽ ഉറക്കെ പറയൂ.

ഇതുകേട്ട ഉടനെ മണിയൻ മലമ്പാമ്പ് തലയും നിവർത്തിപ്പിടിച്ച് കാട്ടുപൂച്ചയുടെ അരികിലെത്തി. പരോപകാരിയായ ഈ പാവം മനുഷ്യനെ രക്ഷിക്കണമെന്ന് പൂച്ചക്കുതോന്നി. പൂച്ച ഒറ്റച്ചാട്ടത്തിന് അവന്റെ പൊണ്ണൻതല കടിച്ചെടുത്തു. ചോരയിൽ കുളിച്ച് ആ വഞ്ചകൻ അവിടെത്തന്നെ വീണു ചത്തു!

ഉപകാരിയമ്മാവനുണ്ടായ സന്തോഷത്തിന് അതിരില്ലായിരുന്നു. കാട്ടുപൂച്ചയോട് അയാൾക്ക് എന്തെന്നില്ലാത്ത സ്നേഹം തോന്നി. അയാൾ പറഞ്ഞു:

എന്റെ പൊന്നുപൂച്ചേ...! നീയാണെന്നെ രക്ഷിച്ചത്. ഇന്നുമുതൽ നീയെന്റെ കൂട്ടുകാരനാണ്. മനുഷ്യനോട് ഇത്രയും കൂറുള്ള മറ്റൊരു ജന്തുവും ഈ ഭൂമിയിലില്ല. കാട്ടിലെ ജീവിതമുപേക്ഷിച്ച് നീ എന്റെ വീട്ടിലേക്കു പോന്നോളൂ. നിന്നെ ഞാൻ നന്നായി കാത്തോളാം.

പൂച്ചക്കും അതു സമ്മതമായി. അവൻ സന്തോഷത്തോടെ ഉപകാരിയമ്മാവന്റെ തോളിൽ ചാടിക്കയറിയിരുന്നു. അയാൾ അവനെയുംകൊണ്ട് വീട്ടിലേക്ക് നടന്നു. അന്നുമുതൽക്കാണ് പൂച്ച മനുഷ്യന്റെ ഉറ്റ ചങ്ങാതിയായി മാറിയത്.

ശക്തിമാന്റെ ഗതികേട്

നീലത്തടാകം നിറയെ പലതരം മീനുകളായിരുന്നു. കാരിയും കൂരിയും കരിമീനും പൂമീനും തിരുതയും വഴുതയും ചെമ്പല്ലിയും കാളാഞ്ചിയും എന്നുവേണ്ട; കൊച്ചുകൊച്ചു പരൽമീനുകൾ വരെ അതിലുണ്ടായിരുന്നു.

തമ്മിൽ തമ്മിൽ സ്നേഹിച്ചും സഹായിച്ചും വലിയ ഒരുമയോടെയാണ് ആ മീനുകൾ കഴിഞ്ഞുവന്നത്.

കുറേക്കാലം അങ്ങനെ സന്തോഷമായി മുന്നോട്ടുനീങ്ങി. അപ്പോഴാണ് ഒരു മീനിന് വല്ലാത്തൊരു അതിമോഹം ഉണ്ടായത്. എന്തെന്നോ? എനിക്ക് എല്ലാവരേക്കാളും ശക്തനാകണം.

പിറ്റേന്നുമുതൽ അവൻ പാത്തും പതുങ്ങിയും നടന്ന് തടാകത്തിലെ ചെറുമീനകളെയെല്ലാം പിടികൂടി തിന്നാൻ തുടങ്ങി. അതോടെ അവന്റെ തടിമിടുക്കും ചുറുചുറുക്കുമെല്ലാം കൂടികൂടി വന്നു.

അതുകണ്ടപ്പോൾ മറ്റുമീനുകൾക്കും അവനെപ്പോലെ തടിച്ചുകൊഴുക്കണമെന്നു തോന്നി. അവരും കണ്ണിൽക്കണ്ട ചെറുമീനുകളെയെല്ലാം വെട്ടിവിഴുങ്ങി ശക്തന്മാരായി.

അങ്ങനെ കൊന്നും തിന്നും തടാകത്തിൽ ഏതാനും വലിയമീനുകൾ മാത്രമായി. അവരും കൂട്ടത്തിൽ ചെറിയവരെ തിന്നൊടുക്കി വമ്പന്മാരായി. ഒടുവിൽ തടാകത്തിൽ രണ്ടേ രണ്ട് വമ്പൻ മീനുകൾ മാത്രം ശേഷിച്ചു.

വാലിട്ടടിച്ച് വെള്ളംകലക്കിയും ഇടക്കിടെ കുതിച്ചുചാടിയും മുങ്ങാങ്കുഴിയിട്ട് പൊങ്ങച്ചം കാട്ടിയും രണ്ടുവമ്പന്മാരും തടാകത്തിനുള്ളിൽ വിലസിനടന്നു.

ഞാനാണ് ശക്തൻ -ഒന്നാമൻ പറഞ്ഞു.

അല്ല; നീയല്ല. ഞാനാണ് ശക്തൻ!

-രണ്ടാമൻ വാലിട്ടടിച്ച് ശബ്ദമുണ്ടാക്കി. ഒടുവിൽ തർക്കം മൂത്ത് അവർ തമ്മിൽ ശക്തമായ പോരാട്ടം ആരംഭിച്ചു. തടാകം ഇളകിമറിഞ്ഞു. നീണ്ടുനിന്ന പോരാട്ടത്തിൽ ഒന്നാമൻ രണ്ടാമന്റെ കഥകഴിച്ചു!

ഞാൻ തന്നെ ശക്തിമാൻ! ഇനി എന്നെ തോല്പിക്കാൻ ആരുമില്ല. - അവൻ തുള്ളിച്ചാടി.

പിറ്റേന്ന് ശക്തിമാന് നല്ല വിശപ്പുതോന്നി. പിടിച്ചുതിന്നാൻ ഇനി തടാകത്തിൽ എന്തെങ്കിലുമുണ്ടോ? ഒന്നുമില്ല.

പട്ടിണികൊണ്ട് അവന്റെ ശരീരം മെലിഞ്ഞു. ഒടുവിൽ ആ ശക്തിമാനും ചത്തൊടുങ്ങി.

മുത്തശ്ശിയും വെള്ളരിപ്രാവും

ചെല്ലാനത്തായിരുന്നു പാവം ചെല്ലമ്മ മുത്തശ്ശിയുടെ വീട്. ഒരു ദിവസം ചെല്ലമ്മ മുത്തശ്ശി വടിയും കുത്തിപ്പിടിച്ച് അമ്പാട്ടുകാവിൽ തൊഴാൻ പോവുകയായിരുന്നു.

അപ്പോഴാണ് ചിറകൊടിഞ്ഞ ഒരു വെള്ളരിപ്രാവ് എവിടെ നിന്നോ മുത്തശ്ശിയുടെ മുമ്പിൽ വന്നുവീണത്. കീ.... കീ....! എന്നു കരഞ്ഞ് പ്രാവ് ചിറകിട്ടടിച്ചു.

ഇതുകണ്ട് ചെല്ലമ്മ മുത്തശ്ശി വേഗം പ്രാവിനെ വാരിയെടുത്ത് നെഞ്ചോട് ചേർത്തുപിടിച്ചു. അതിന്റെ ചിറകിൽനിന്ന് ചോര വാർന്നൊഴുകുന്നത് മുത്തശ്ശി കണ്ടു. അവർ പച്ചിലച്ചാറ് പിഴിഞ്ഞൊഴിച്ച് അതിനെ ശുശ്രൂഷിച്ചു.

കുറേക്കഴിഞ്ഞ് ചെല്ലമ്മ മുത്തശ്ശി ആ വെള്ളരിപ്രാവിനെ തന്റെ കുടിലിലേക്ക് കൊണ്ടുപോയി. മരുന്നു വെച്ചുകെട്ടിയും വേണ്ടുന്ന ആഹാരം കൊടുത്തും മുത്തശ്ശി ഏതാനും ദിവസം അതിനെ അവിടെത്തന്നെ വളർത്തി.

ഒരാഴ്ച കഴിഞ്ഞപ്പോൾ മുറിവുകളെല്ലാം നന്നായി ഉണങ്ങി. അപ്പോൾ മുത്തശ്ശി പറഞ്ഞു: പ്രാവമ്മേ, ഇപ്പോൾ നിനക്ക് സുഖമായി. ഇനി എവിടേങ്കിലും പോയി കൊത്തീം പെറുക്കീം കഴിഞ്ഞോളൂ....

ചെല്ലമ്മ മുത്തശ്ശി പ്രാവിനെ സ്വതന്ത്രയാക്കിവിട്ടു. അത് സന്തോഷപൂർവ്വം ചിറകടിച്ചു പറന്നുപോയി. അമ്മൂമ്മയ്ക്ക് നല്ലത് വരട്ടെ!

നാളുകൾ കുറേ കഴിഞ്ഞു. ഒരു ദിവസം ചെല്ലമ്മ മുത്തശ്ശി കഞ്ഞിക്കുപോലും നിവൃത്തിയില്ലാതെ വീട്ടുമുറ്റത്ത് വിഷമിച്ചിരിക്കുകയായിരുന്നു. അപ്പോൾ ഒരു ദേവതയെപ്പോലെ മാനത്തുനിന്നും വെള്ളരിപ്രാവ് പറന്നിറങ്ങി. അത് സന്തോഷപൂർവ്വം മുത്ത

ശ്ശിയുടെ കൈത്തണ്ടയിൽ വന്നിരുന്നു. അതിന്റെ ചുണ്ടിൽ മിനുമിനുത്ത ഒരു പൊൻമുട്ടയുണ്ടായിരുന്നു. ആ മുട്ട മുത്തശ്ശിക്കു കൊടുത്തിട്ട് പ്രാവമ്മ പറഞ്ഞു:

ദയാലുവായ മുത്തശ്ശീ, നീയെന്നെ രക്ഷിച്ചവളാണ്...! ഇതാ ഈ പൊൻമുട്ട വിറ്റ് സുഖമായി ജീവിച്ചോളൂ -ഇത്രയും പറഞ്ഞിട്ട് വെള്ളരിപ്രാവ് എവിടേക്കോ പറന്നുപോയി. ചെല്ലമ്മ മുത്തശ്ശിക്ക് പൊൻമുട്ട കിട്ടിയ വിവരം അയൽപക്കത്ത് താമസിക്കുന്ന ദുരാസു അപ്പൂപ്പൻ അറിഞ്ഞു. അയാൾ ആളൊരു ദുരാഗ്രഹിയായിരുന്നു.

അയാളും ഒരു പ്രാവിനെ വാങ്ങിക്കൊണ്ടുവന്ന് വളർത്താൻ തുടങ്ങി. ഒരു ദിവസം വെട്ടുകത്തികൊണ്ട് അയാൾ അതിന്റെ ചിറകു വെട്ടി. എന്നിട്ട് തന്നത്താൻ ശുശ്രൂഷിക്കാനും തുടങ്ങി. മുറിവൊക്കെ ഉണങ്ങിയപ്പോൾ അയാൾ അതിനെ എവിടേക്കെന്നില്ലാതെ തല്ലിപ്പറത്തിവിട്ടു.

അതിനുശേഷം ഓരോ ദിവസവും ആർത്തിയോടെ ഓടിച്ചെന്ന് അപ്പൂപ്പൻ പ്രാവിനെയും കാത്തിരുന്നു. ഒരു ദിവസം പ്രാവമ്മ പറന്നെത്തി. വിചാരിച്ചതുപോലെ ചുണ്ടിൽ ഒരു മുട്ടയും കൊത്തിപ്പിടിച്ചാണ് പ്രാവമ്മ വന്നത്!

ദുരാസു അപ്പൂപ്പൻ ആർത്തിയോടെ ഓടിച്ചെന്ന് മുട്ട കൈയിലാക്കി. പക്ഷേ, അത് വെറുമൊരു കരിമുട്ടയായിരുന്നു. പെട്ടെന്ന് മുട്ട പൊട്ടി അതിനകത്തുനിന്നും ഒരു കരിമൂർഖൻ പാമ്പ് പുറത്തുചാടി!

ഹയ്യോ...! എന്റമ്മേ...! എന്നെ രക്ഷിക്കണേ....! ദുരാസു അപ്പൂപ്പൻ ഉറക്കെനിലവിളിച്ചുകൊണ്ട് ഓടെടാ ഓട്ടം! ഭാഗ്യത്തിന് ആളുകൾ ഓടിക്കൂടി പാമ്പിനെ തല്ലിക്കൊന്നു. ഹാവൂ! അങ്ങനെ അയാൾ രക്ഷപ്പെട്ടു. ദുരാഗ്രഹവും അത്യാർത്തിയും കൊണ്ടാണ് തനിക്കീ ഗതി വന്നതെന്ന് അപ്പൂപ്പന് മനസ്സിലായി.

ഉണ്ണിക്കടുവയും കാട്ടാനയും

കുടപ്പനക്കുന്നിന്റെ താഴ്വരയിൽ ഒരു അമ്മക്കടുവയും ഉണ്ണിക്കടുവയും പാർത്തിരുന്നു. മീശ മുളച്ചിട്ടില്ലെങ്കിലും ഉണ്ണിക്കടുവ വലിയ വാശിക്കാരനായിരുന്നു.

അമ്മക്കടുവ നിത്യവും രാവിലെ വേട്ടയ്ക്കിറങ്ങും. അപ്പോൾ ഉണ്ണിക്കടുവ പറയും : അമ്മേ, എനിക്കും അമ്മയെപ്പോലെ വേട്ടയാടണം. ഞാനും കാട്ടിലേക്ക് പോരട്ടേ?

അയ്യോ ഉണ്ണീ! നീ അത്രക്കൊന്നും വളർന്നിട്ടില്ല. നീയൊരു കുഞ്ഞിക്കടുവയല്ലേ? വളർന്നുവലുതാകുമ്പോൾ എന്റെയൊപ്പം നിന്നെയും കൊണ്ടുപോകാം; ഇപ്പോൾ വേണ്ട -അമ്മ അവനെ ഉപദേശിക്കും. പക്ഷേ, ആ ഉപദേശം അവനത്ര ഇഷ്ടപ്പെടാറില്ല.

ഒരു ദിവസം ഉണ്ണിക്കടുവ നിർബന്ധപൂർവ്വം പറഞ്ഞു: ഇന്നെനിക്കു വേട്ടയ്ക്കു പോയേ തീരൂ. അമ്മയുടെ കൂട്ടൊന്നും എനിക്കു വേണ്ട. പറ്റിയ ഇരയെ ഞാൻ തന്നെ പിടിച്ചുകൊള്ളാം .

മകന്റെ വാശിയും നിർബന്ധവും മൂത്തപ്പോൾ അമ്മ പറഞ്ഞു: എങ്കിൽ ശരി, ഞാൻ തടയുന്നില്ല. നീ ഒറ്റക്കുതന്നെ പൊയ്ക്കോളൂ. തുടക്കമായതുകൊണ്ട് ഇന്ന് ഒരു കുഞ്ഞുമുയലിനെ വേട്ടയാടിയാൽ മതി. വലിയ ചെവിയുള്ള ഒരു പേടിത്തൊണ്ടൻ മൃഗമാണ് മുയൽ!

അതൊന്നും അമ്മ പറഞ്ഞുതരേണ്ട; എല്ലാം എനിക്കറിയാം - ഉണ്ണിക്കടുവ അറിയിച്ചു.

എങ്കിൽ പോയി വാ - അമ്മക്കടുവ അവനെ യാത്രയാക്കി. ഉല്ലാസത്തോടും ഉത്സാഹത്തോടുംകൂടി അവൻ കാട്ടുവഴിയിലൂടെ മുന്നോട്ടുനീങ്ങി.

ഗ്ർർർർർർ....! ഗ്ർർർർർർ....!

ഈ സമയത്താണ് കഷ്ടകാലത്തിന് കൗശലൻ മുയൽ അതു വഴി വന്നത്. അലറിക്കുതിച്ചുവരുന്ന ഉണ്ണിക്കടുവയെ കണ്ട് കൗശലൻ മുയൽ ഒന്നു നടുങ്ങി!

നീയൊരു മുയലാണല്ലേ? ഭേഷ്...! ബലേ ഭേഷ്.....! ലക്ഷണമൊത്ത മുയലിനെത്തേടിയാണ് ഞാൻ ഇതുവഴി വന്നത്. ഗ്ർർർ...!

ഉണ്ണിക്കടുവ കൗശലൻ മുയലിനെ നോക്കി വീണ്ടും അലറി. പക്ഷേ കൗശലൻ ഒട്ടും പതറിയില്ല. അവൻ പറഞ്ഞു:

ഞാൻ മുയലല്ല. മുയലിന്റെ ചെവി വളരെ വലുതാണ്. ദാ, അപ്പുറത്തെ ഈന്തൽക്കാടിന്റെ അരികിൽ ചെവിയുമാട്ടിക്കൊണ്ട് സാക്ഷാൽ മുയൽ നിൽക്കുന്നു. അങ്ങോട്ടു ചെന്നോളൂ; വേഗം പിടികൂടാം.

എങ്കിൽ അവനെ പിടികൂടിയിട്ടുതന്നെ കാര്യം! ഉണ്ണിക്കടുവ കൂടുതൽ വീറോടെ ഈന്തക്കാടിന്റെ അരികിലേക്ക് പാഞ്ഞു. അവിടെ വലിയ ചെവിയുമാട്ടിക്കൊണ്ട് ലക്ഷണമൊത്ത ഒരു മൃഗം നിൽക്കുന്നത് അവൻ കണ്ടു.

ഹൗ... ഇതാണല്ലേ മുയൽ! കൊള്ളാം. ഇപ്പോഴെങ്കിലും ഇവനെ കണ്ടെത്തിയതു ഭാഗ്യം. ഉണ്ണിക്കടുവ അലറിക്കൊണ്ട് അവന്റെ മുന്നിലേക്ക് പാഞ്ഞു. ആനപ്പാറയിലെ കെങ്കേമനായ ഒറ്റക്കൊമ്പൻ കാട്ടാനയായിരുന്നു അത്. തന്റെ നേരെ ചീറിയടുക്കുന്ന കടുവക്കുട്ടിയെ അവൻ തുമ്പിക്കൈകൊണ്ട് മെല്ലെ ചുരുട്ടിയെടുത്തു.

എടാ മുയലേ, നിന്നെ ഞാൻ കടിച്ചുകീറും! ഉണ്ണിക്കടുവ തുമ്പിക്കൈക്കകത്തിരുന്ന് ഉറക്കെ അലറി.

അതുകേട്ട് ആനക്ക് ചിരിവന്നു. ആന പറഞ്ഞു:

എടാ, ഞാൻ മുയലല്ല; സാക്ഷാൽ ഒറ്റക്കൊമ്പൻ കാട്ടാനയാണ്!

എങ്കിൽ ഞാൻ എന്റെ അമ്മയെ വിളിച്ചുവരുത്തും - ഉണ്ണിക്കടുവ പറഞ്ഞു.

അമ്പടാ! നീ അത്രയ്ക്കായോ? ദേഷ്യംപൂണ്ട ഒറ്റക്കൊമ്പൻ അവനെ പൊക്കിയെടുത്ത് ദൂരേക്ക് ഒറ്റയേറ്....പ്ധും...!

വലിയൊരു പാറക്കല്ലിന്റെ മുകളിലാണ് ഉണ്ണിക്കടുവ ചെന്നു വീണത്. അമ്മേ...! ഇഴഞ്ഞും വലിഞ്ഞും അവൻ ഒരുവിധം അമ്മക്കടുവയുടെ അരികിലെത്തി. അമ്മയുടെ കാൽ നക്കിത്തുടച്ചുകൊണ്ട് അവൻ പറഞ്ഞു: അമ്മേ, എനിക്ക് അബദ്ധംപറ്റി!

എന്താ, എന്റെ ഉണ്ണിക്ക് എന്തുപറ്റി?

അമ്മേ, മുയലാണെന്നു കരുതി ഞാൻ പിടിക്കാൻ ചെന്നത് കാട്ടിലെ ഒറ്റക്കൊമ്പനെ ആയിരുന്നു. അവനെന്നെ പൊക്കിയെടുത്ത് ദൂരേക്കെറിഞ്ഞു! എന്റെ കാലും കൈയുമെല്ലാം ഒടിഞ്ഞു പഞ്ചറായി! ഉണ്ണിക്കടുവ കരയാൻ തുടങ്ങി.

ഹൊ! എന്റുണ്ണീ, ചാകാതെ രക്ഷപ്പെട്ടതു ഭാഗ്യം! അമ്മക്കടുവ അവനെ ചേർത്തുപിടിച്ചു കരഞ്ഞു. അമ്മയെ സാന്ത്വനിപ്പിച്ചുകൊണ്ട് അവൻ പറഞ്ഞു:

ഞാനിനി അമ്മയെക്കൂടാതെ എങ്ങുംപേകില്ല. അനുസരണക്കേടും വാശിയും കൊണ്ടാണ് എനിക്കിങ്ങനെ വന്നത്!

അമ്മക്കടുവ സ്നേഹത്തോടെ അവനെ നക്കിത്തുടച്ചു.

കുരുവിയുടെ തന്ത്രം

അടയ്ക്കാക്കുരുവിയും കുഞ്ഞപ്പനാനയും അടുത്തടുത്തായിരുന്നു താമസം. അടക്കാക്കുരുവിയും മക്കളും സന്തോഷത്തോടെ കഴിയുന്നത് കുഞ്ഞപ്പനാനക്ക് ഇഷ്ടമായിരുന്നില്ല.

കുഞ്ഞപ്പനാന ഒരുദിവസം പറഞ്ഞു: കുരുവീ, നിന്റെയും മക്കളുടെയും സ്വരം കേട്ട് മടുത്തു. നിന്റെ വീട് ഞാൻ തകർക്കും.

ഇതുകേട്ട് അടയ്ക്കാക്കുരുവിയും മക്കളും വല്ലാതെ പേടിച്ചു.

അടയ്ക്കാക്കുരുവി പറഞ്ഞു:

അയ്യോ! ഞങ്ങളെ ഒന്നും ചെയ്യരുതേ!

അടയ്ക്കാക്കുരുവിയുടെ സങ്കടം കേട്ടിട്ടൊന്നും കുഞ്ഞപ്പനാന കുലുങ്ങിയില്ല. അവൻ പറഞ്ഞു: ഇല്ലില്ല; നിന്നെയും മക്കളെയും പെരുവഴിയിലാക്കിയിട്ടേ ഞാനടങ്ങൂ!

ഇതുകേട്ട് അടയ്ക്കാക്കുരുവിക്കു ദേഷ്യം വന്നു. അവൾ പറഞ്ഞു: അത്രയ്ക്കായോ? എന്നാൽ നിന്നെ ഞാനിവിടെ കെട്ടിയിടും.

അതുകേട്ട് കുഞ്ഞപ്പനാന പറഞ്ഞു: നീ എന്നെ കെട്ടിയിടുമെന്നോ? എന്നാലതൊന്നു കാണട്ടെ!

കുഞ്ഞപ്പനാന കൊമ്പും കുലുക്കി കാട്ടിലേക്കു പോയി. അടയ്ക്കാക്കുരുവി ആറ്റിൽ വെള്ളം കുടിക്കാനും പോയി. എന്നാൽ വെള്ളം കുടുക്കാനിറങ്ങുന്ന വഴിയിൽ കുഞ്ഞാണ്ടൻ മുതല വിലങ്ങനെ കിടന്നിരുന്നു. കുഞ്ഞാണ്ടൻ പറഞ്ഞു: കുരുവീ, നിന്റെ ചിലയ്ക്കൽ കേട്ട് എനിക്ക് തല വേദനിക്കുന്നു. ഇവിടെനിന്ന് നിനക്ക് ഒരു തുള്ളി വെള്ളംപോലും കുടിക്കാൻ തരില്ല.

അടയ്ക്കാക്കുരുവി കരഞ്ഞുപറഞ്ഞിട്ടും കുഞ്ഞാണ്ടൻ അനങ്ങിയില്ല. അവൻ പറഞ്ഞു: ഇല്ല, ഒരുതുള്ളിവെള്ളംപോലും തരില്ല.

ഇതുകേട്ട് അടയ്ക്കാക്കുരുവിക്കു ദേഷ്യംവന്നു. അവൾ പറഞ്ഞു:

നീ അത്രയ്ക്കായോ? എങ്കിൽ നിന്നെ ഞാനിവിടെ കെട്ടിയിടും.

ഇതുകേട്ട് കുഞ്ഞാണ്ടൻ മുതല കുഞ്ഞിക്കുരുവിയെ കളിയാക്കി.

നീ എന്നെ കെട്ടിയിടുമെന്നോ? എന്നാലൊന്നു കണ്ടിട്ടു തന്നെ കാര്യം!

കുഞ്ഞാണ്ടൻ മുതല ആ വഴിയിൽത്തന്നെ കിടന്നു. കുഞ്ഞപ്പനാനയും കുഞ്ഞാണ്ടൻ മുതലയും തന്നെ ജീവിക്കാൻ വിടുകയില്ലെന്ന് അടയ്ക്കാക്കുരുവിക്ക് മനസ്സിലായി. അവരെ തോൽപ്പിക്കാൻ എന്താണു വിദ്യയെന്ന് അവൾ തലപുകഞ്ഞ് ആലോചിച്ചു. അവൾ ചെറിയ ഒരു ഉപായം കണ്ടെത്തി. പിറ്റേന്നു നേരം വെളുത്തപ്പോൾ കുഞ്ഞപ്പനാന അടയ്ക്കാക്കുരുവിയുടെ വീടിനടുത്തെത്തി. അപ്പോൾ അടയ്ക്കാക്കുരുവി പറഞ്ഞു: പൊണ്ണത്തടിയാ, നമ്മുടെ ശക്തി പരീക്ഷിക്കാൻ ഒരു വടംവലി തന്നെ നടത്താം.

ഓഹോ! ഞാൻ റെഡി. മത്സരത്തിൽ തോറ്റാൽ നിന്റെ വീടു ഞാൻ നശിപ്പിക്കും. കുഞ്ഞപ്പനാന പറഞ്ഞു.

ശരി. അടക്കാക്കുരുവി പറഞ്ഞു.

അവൾ ബലമുള്ള ഒരു വള്ളി കൊണ്ടുവന്ന് ഒരറ്റം ആനയുടെ തുമ്പിക്കൈയിൽ പിടിപ്പിച്ചിട്ട് പറഞ്ഞു: ഇതിന്റെ അങ്ങേത്തലക്കൽ ഞാൻ പിടിക്കും. എന്റെ ചൂളംവിളി കേട്ടാലുടനെ വലിക്കാൻ തുടങ്ങണം.

ആന സമ്മതിച്ചെന്നു കണ്ടയുടനെ അടയ്ക്കാക്കുരുവി വള്ളിയുടെ മറ്റേയറ്റവുമായി കുഞ്ഞാണ്ടന്റെ അടുക്കലെത്തി. എന്നിട്ടുപറഞ്ഞു: മുതലച്ചാരേ, നമ്മുടെ ശക്തിയൊന്നു പരീക്ഷിച്ചുകളയാം. ഇതാ ഈ വള്ളിയുടെ അറ്റത്ത് പിടിച്ചോളൂ. മറ്റേയറ്റത്തു ഞാൻ പിടിക്കാം. എന്റെ ചൂളംവിളി കേട്ടാലുടനെ വലിക്കാൻ തുടങ്ങണം.

കുഞ്ഞാണ്ടൻ സമ്മതിച്ചു.

അടയ്ക്കാക്കുരുവിയുടെ ചൂളംവിളി കേട്ടതോടെ കുഞ്ഞപ്പനാനയും കുഞ്ഞാണ്ടൻ മുതലയും സർവ്വ ശക്തിയുമെടുത്ത് വലിയോടുവലി. അങ്ങേത്തലക്കൽനിന്നു വലിക്കുന്ന അടയ്ക്കാക്കുരുവിയുടെ ശക്തികണ്ട് കുഞ്ഞപ്പനാനക്ക് അദ്ഭുതം തോന്നി. അടയ്ക്കാക്കുരുവിയെ തോൽപിക്കാൻ പ്രയാസമാണെന്ന് കുഞ്ഞാണ്ടനും തോന്നി.

ഈ തക്കംനോക്കി നടുവിലിരുന്ന അടയ്ക്കാക്കുരുവി വിളിച്ചു

ചോദിച്ചു: വമ്പച്ചാരേ, തോറ്റോ?

തോറ്റാടീ തോറ്റു. കുഞ്ഞപ്പനാന പറഞ്ഞു.

ഉടനെ അടയ്ക്കാക്കുരുവി മുതലയോടു വിളിച്ചുചോദിച്ചു: പൊണ്ണച്ചാരേ, തോറ്റോ?

തോറ്റെടീ തോറ്റു. കുഞ്ഞാണ്ടൻ വിക്കിവിക്കി പറഞ്ഞു.

എങ്കിൽ വടംവലി നിറുത്തിക്കോളൂ. അടയ്ക്കാക്കുരുവി പറഞ്ഞു.

അടയ്ക്കാക്കുരുവി കുഞ്ഞപ്പനാനയുടെ അരികിലെത്തി. ആന പറഞ്ഞു: കുഞ്ഞിക്കിളീ, ശക്തയായ നിന്നെ ഞാനിനി ഉപദ്രവിക്കില്ല.

കുഞ്ഞിക്കിളി കുഞ്ഞാണ്ടൻ മുതലയുടെ അരികിലെത്തി. അവൻ പറഞ്ഞു: കുരുവീ, എന്നോടു ക്ഷമിക്കണേ! നിനക്ക് ഞാൻ ഒരു ശല്യവും ചെയ്യില്ല.

അടയ്ക്കാക്കുരുവി സന്തോഷത്തോടെ വീട്ടിലേക്കു പറന്നുപോയി. പിന്നീട് അവരെ ആരും ശല്യപ്പെടുത്തിയിട്ടേയില്ല.

ആപ്പിൾക്കുട്ടനും കാട്ടാനക്കൂട്ടവും

ഒരിടത്തൊരിടത്ത് ഒരാപ്പിൾക്കുട്ടനും നെന്മണിയപ്പനും ഉണ്ടായിരുന്നു. രണ്ടുപേരും വലിയ ചങ്ങാതിമാരായിരുന്നു. ഒരു ദിവസം രാവിലെ രണ്ടുപേരും കുളിച്ചൊരുങ്ങി കുറിയും തൊട്ട്, വള്ളിയൂർക്കാവിലെ പൂരം കാണാൻപോയി.

കുന്നും മലകളും കുണ്ടനിടവഴികളും കടന്ന് അവർ ആനമലക്കാട്ടിലെത്തി. കാട്ടുവഴിയിലൂടെ തപ്പിയും തടഞ്ഞും നടന്നുനീങ്ങുമ്പോൾ ആപ്പിൾക്കുട്ടൻ ചോദിച്ചു:

നെന്മണിയപ്പാ നെന്മണിയപ്പാ, നമ്മളിൽ സുന്ദരനും ബലവാനുമായിട്ടുള്ളത് ആരാണ്?

നെന്മണിയപ്പൻ മിണ്ടാതെ മുന്നോട്ടുനീങ്ങി. അപ്പോൾ ആപ്പിൾക്കുട്ടൻ വലിയ ഗമയോടെ പറഞ്ഞു :

നീ ഒട്ടും സംശയിക്കേണ്ട; അതു ഞാൻ തന്നെ! എന്റെ തുടുത്ത കവിളും ചുവന്ന നിറവും കണ്ടാൽ ആരാണു കൊതിക്കാത്തത്!?

പാവം നെന്മണിയപ്പൻ! അവൻ എന്നിട്ടും ഒന്നും മിണ്ടിയില്ല. ആപ്പിൾക്കുട്ടൻ തന്റെ മഹിമകളെപ്പറ്റി വീണ്ടും വീണ്ടും വീമ്പിളക്കിക്കൊണ്ടിരുന്നു. സഹിക്കവയ്യാതായപ്പോൾ നെന്മണിയപ്പൻ പറഞ്ഞു :

എന്റെ പൊന്നു ചങ്ങാതീ, തീരെ മെലിഞ്ഞുണങ്ങിയവനാണ് ഞാൻ. എങ്കിലും എന്നെക്കാണാനും ചേലുണ്ട്. സ്വർണ്ണത്തിന്റെ തിളക്കമാണ് എന്റെ ശരീരത്തിന്! മാത്രമോ? നല്ല ബലവുമുണ്ട്.

ഇത് ആപ്പിൾക്കുട്ടന് തീരെ രസിച്ചില്ല. അവൻ കോപത്തോടെ പറഞ്ഞു:

നിനക്കല്ല; എനിക്കാണ് സൗന്ദര്യം. വലുപ്പത്തിലും ബുദ്ധിയിലും

ഞാൻ തന്നെയാണ് മുന്നിൽ! നീ മെലിഞ്ഞുണങ്ങിയ വെറും ചാവാലി മാത്രം!

ആപ്പിൾക്കുട്ടൻ അഹങ്കാരത്തോടെ പൊട്ടിച്ചിരിച്ചു. അവന്റെ ശബ്ദം മലഞ്ചെരിവുകളിൽ മാറ്റൊലികൊണ്ടു.

അപ്പോഴാണ് അകലെനിന്ന് വലിയൊരു അലർച്ചയും ബഹളവും കേട്ടത്. കാടിളക്കിക്കൊണ്ട് ആരോ വരികയാണ്!

ആരാണത്...? കാട്ടുമരങ്ങൾ ഒടിഞ്ഞു വീഴുന്നല്ലോ...! ആരുവന്നാലും എനിക്കു പേടിയില്ല...! ആപ്പിൾക്കുട്ടൻ ധൈര്യംനടിച്ചു നിന്നു.

അയ്യോ....! കാട്ടാനക്കൂട്ടമാണല്ലോ വരുന്നത്...! നെന്മണിയപ്പൻ ഭയപ്പാടോടെ വിളിച്ചുപറഞ്ഞു.

പറഞ്ഞുതീരുംമുമ്പേ കാട്ടാനകൾ കൊമ്പുകുലുക്കിക്കൊണ്ട് അവരുടെ സമീപമെത്തി.

ആപ്പിൾക്കുട്ടാ, വേഗം എവിടെയെങ്കിലും ഓടിയൊളിച്ചോ! അല്ലെങ്കിൽ നമ്മുടെ കഥ തീരും! നെന്മണിയപ്പൻ മുന്നറിയിപ്പു നൽകി!

ഇതിനിടയിൽ നെന്മണിയപ്പൻ തറയിലെ ഒരു ചെറുദ്വാരത്തിൽ അമർന്നുകിടന്നു. എന്നാൽ ആപ്പിൾക്കുട്ടന് തറയിൽ അമർന്നുകിടക്കാനോ ഓടിയൊളിക്കാനോ കഴിഞ്ഞില്ല. മുമ്പേവന്ന ഒരു കൊമ്പനാനയുടെ ചവിട്ടേറ്റ് അവൻ ചതഞ്ഞരഞ്ഞു. ആനകൾ പോയ്ക്കഴിഞ്ഞപ്പോൾ നെന്മണിയപ്പൻ എഴുന്നേറ്റ് തന്റെ ചങ്ങാതി എവിടെയെന്ന് അന്വേഷിച്ചു. കഷ്ടമേ കഷ്ടം! അഹങ്കാരിയായ ആപ്പിൾക്കുട്ടൻ തറയിൽ ചതഞ്ഞരഞ്ഞു കിടക്കുന്ന കാഴ്ചയാണ് കണ്ടത്. നോക്കണേ, അഹംഭാവത്തിന്റെ ഫലം!

വാശികൂടിയാൽ നാശം

വണ്ടൻമേട്ടിൽ ഒരു ചുക്കൻ തവളയും പൊക്കനെലിയും പാർത്തിരുന്നു. രണ്ടുപേരും അയൽക്കാരായിരുന്നു. പക്ഷേ, അവർ തമ്മിൽ വഴക്കൊഴിഞ്ഞ നേരമുണ്ടായിരുന്നില്ല.

ഒരു ദിവസം ചുക്കൻ തവള തന്റെ വീടിനു പുറത്തിറങ്ങി നിന്നിട്ട് അയൽക്കാരനെ വെല്ലുവിളിച്ചു:

എടാ മൂഷികാ...! തല്ലുകൊള്ളീ, ഇറങ്ങിവാടാ....! നമുക്കൊരു ഗാട്ടാ ഗുസ്തി നടത്തിനോക്കാം. നിന്നെ ഞാൻ അടിച്ചു മലർത്തും...!

ചുക്കൻ തവളയുടെ ഈ വെല്ലുവിളി പൊക്കനെലിക്ക് തീരെ ഇഷ്ടമായില്ല. അവൻ മുറ്റത്തേക്ക് ചാടിവീണിട്ടു പറഞ്ഞു:

എടാ പേടിക്കൊടലാ!.... വെറുതെ വാചകമാടിക്കാതെ അകത്തേക്ക് വലിഞ്ഞോ. അല്ലെങ്കിൽ നിന്നെ ഞാൻ ഇടിച്ചു സൂപ്പാക്കും!

ഇതുകേട്ട് ചുക്കൻ തവളയ്ക്കു വല്ലാത്ത വാശിയായി: വാടാ, നമുക്ക് ഒരുകൈ നോക്കാം....! ഇന്നു നിന്റെ കഥ തീർന്നതുതന്നെ...!

എന്ത്?.... നീ അത്രക്കായോടാ പോക്കാച്ചിത്തവളേ....! പൊക്കനെലിയും മുന്നോട്ടു കുതിച്ചു.

പിന്നെ രണ്ടുപേരും തമ്മിൽ അടിയോടടിയായി...! കടിപിടിയും ബഹളവുമായി.

ബഹളം മൂത്തപ്പോൾ ഞാവൽ മരത്തിന്റെ മുകളിലിരുന്ന മണിയനണ്ണാൻ ഉറക്കെ വിളിച്ചുപറഞ്ഞു:

ഹേയ് കൂട്ടരേ, രണ്ടുപേരും അടിപിടി നിറുത്തി വേഗം വീട്ടിലേക്കു പൊയ്ക്കോളൂ...! ചെമ്പകക്കാട്ടിലെ ചെമ്പരുന്ത് അതാ, അങ്ങകലെ വട്ടമിട്ടു പറക്കുന്നു. അവനെങ്ങാനും ഈ കാഴ്ച കണ്ടാൽ.....

ങും! കണ്ടാലെന്താ...? ഞങ്ങൾക്ക് ആരെയും പേടിയില്ല. ആരു

വന്നാലും അവരെ ഞങ്ങൾ ഇടിച്ചു തവിടുപൊടിയാക്കും...! ഹി ഹി ഹീ.... രണ്ടുപേരും ഒരേ സ്വരത്തിൽ അറിയിച്ചു.

അടിപിടി ഒന്നുകൂടി മൂത്തു. രണ്ടുപേരും ചേറിലും ചെളിയിലും കിടന്ന് കെട്ടിമറിയാൻ തുടങ്ങി. ഒടുവിൽ ചുക്കൻ തവള പൊക്കനെലിയുടെ പുറത്തുകയറിയിരുന്ന് കടിയോടുകടി...!

ഈ തക്കം നോക്കി ചെമ്പകക്കാട്ടിലെ ചെമ്പരുന്ത് പറന്നിറങ്ങി ഒരൊറ്റ റാഞ്ചൽ...!

രണ്ടുവീരന്മാരും പരുന്തച്ചന്റെ കൂർത്ത വിരലുകൾക്കിടയിൽ പെട്ട് പിടഞ്ഞു. പക്ഷേ, എന്തുകാര്യം? വിശപ്പുമൂത്ത ചെമ്പരുന്ത് അവരെയുംകൊണ്ട് തൊട്ടപ്പുറമുള്ള പാറപ്പുറത്തേക്കു പറന്നുനീങ്ങി. ഇതെല്ലാം കണ്ട് ശ്വാസമടക്കിപ്പിടിച്ചിരുന്ന മണിയനണ്ണാൻ ചിലച്ചു:

വാശികൂടിയാൽ നാശം!

ഞൊണ്ടിയമ്മയും പുലിയച്ചനും

ആലത്തൂരങ്ങാടിയിലെ ആശാരിരാമന് അമ്പത്തൊന്ന് ആടുകളുണ്ടായിരുന്നു. അമ്പത്തൊന്നിൽ ഒരെണ്ണം ഞൊണ്ടിയായിരുന്നു. ഞൊണ്ടിയെ എല്ലാവരും ഞൊണ്ടിയമ്മ എന്നാണ് വിളിച്ചിരുന്നത്.

ഞൊണ്ടിയമ്മയെ ആലയിൽ നിർത്തിയിട്ട് ബാക്കി അമ്പതു പേരും തീറ്റയന്വേഷിച്ച് നിത്യവും രാവിലെ കാട്ടിലേക്ക് പുറപ്പെടും. കാട്ടിൽനിന്ന് തിരിച്ചുവരുമ്പോൾ ഓരോരുത്തരും ഓരോ ഇല കൊണ്ടുവന്ന് ഞൊണ്ടിയമ്മക്കു കൊടുക്കും.

വളർന്നു വലുതായപ്പോൾ അവർ കൊടുക്കുന്ന ഓരോ ഇല കൊണ്ട് ഞൊണ്ടിയമ്മയുടെ വയറുനിറയാതെ വന്നു. മറ്റുള്ളവരെപ്പോലെ കാട്ടിൽപോയി പുല്ലും ഇലകളും തിന്നാൻ ഞൊണ്ടിയമ്മക്കും കൊതിയായി.

ഒരുദിവസം ഞൊണ്ടിയമ്മ കൂട്ടുകാരോട് ചോദിച്ചു:

ചങ്ങാതികളേ ചങ്ങാതികളേ,
ഞാനും കൂടെ പോരട്ടേ?

ഇതുകേട്ടപ്പോൾ കൂട്ടുകാരെല്ലാം ഒരേസ്വരത്തിൽ പറഞ്ഞു:

ഞൊണ്ടിപ്പെണ്ണേ മണ്ടിപ്പെണ്ണേ,
കാട്ടിൽ നിറയെ മുള്ളുണ്ട്!

മുള്ളുണ്ടെന്ന് കേട്ടിട്ടും ഞൊണ്ടിയമ്മക്ക് പേടിയൊന്നും തോന്നിയില്ല. അവൾ പറഞ്ഞു:

മുള്ളുകളൊന്നും കൊള്ളാതെ ഞാൻ
പയ്യെപ്പയ്യെ നടന്നോളാം.

പക്ഷേ, കൂട്ടുകാർ അവളെ വീണ്ടും പേടിപ്പെടുത്തി:

ഇടിയും മഴയും വന്നുകഴിഞ്ഞാൽ
ഓടിപ്പോകുവതെങ്ങനെ നീ? –അവൾ ഒട്ടും കൂസാതെ

പറഞ്ഞു:

ഇടിയും മഴയും വന്നെന്നാൽ ഞാൻ
ഓടിച്ചാടിപ്പോന്നോളാം

ഞൊണ്ടിയമ്മയുടെ നിർബന്ധം മൂത്തപ്പോൾ കൂട്ടുകാർ അവളെ കാട്ടിലേക്ക് കൊണ്ടുപോയി.

കാട്ടിലെ പച്ചത്തളിരുകളും പച്ചപ്പുല്ലും കണ്ട് ഞൊണ്ടിയമ്മ വളരെ സന്തോഷിച്ചു.

പക്ഷേ, വൈകുന്നേരമായപ്പോൾ കാര്യമാകെ കുഴപ്പത്തിലായി. മാനം പെട്ടെന്ന് ഇരുണ്ടു. ഇടിയും മഴയും തകർക്കാൻ തുടങ്ങി.

ആടുകളെല്ലാം ആർത്തുവിളിച്ചുകൊണ്ട് ആശാരിരാമന്റെ ആലയെ ലക്ഷ്യമാക്കി പാഞ്ഞു. പാവം ഞൊണ്ടിയമ്മയും അവരുടെ പിന്നാലെ ഓടി.

വഴിക്ക് ഒരു വലിയ തോടുണ്ടായിരുന്നു. ആടുകളെല്ലാം തോടു ചാടിക്കടന്ന് അക്കരെയെത്തി. പിന്നാലെ വന്ന ഞൊണ്ടിയമ്മയും ആഞ്ഞ് ഒരു ചാട്ടംചാടി.

പക്ഷേ, ഞൊണ്ടിയമ്മക്ക് അക്കരെയെത്താൻ കഴിഞ്ഞില്ല. അവൾ തോടിന്റെ നടുവിൽ ചെന്നുവീണു!

നിലയില്ലാത്ത വെള്ളത്തിലൂടെ ഞൊണ്ടിയമ്മ ഒഴുകിപ്പോയി. ഒഴുകിപ്പോകുന്നതിനിടയിൽ അവൾ ഏഴ് മുങ്ങുമുങ്ങി. ഓരോ മുങ്ങിനും അവൾക്ക് ഓരോ സാധനങ്ങൾ കിട്ടി.

ഒന്നാം മുങ്ങിന് - ചെമ്പു കിട്ടീ
രണ്ടാം മുങ്ങിന് - ചെണ്ട കിട്ടീ
മൂന്നാം മുങ്ങിന് - തോട്ടി കിട്ടീ
നാലാം മുങ്ങിന് - പെട്ടി കിട്ടീ
അഞ്ചാം മുങ്ങിന് - വഞ്ചി കിട്ടീ
ആറാം മുങ്ങിന് - വാളു കിട്ടീ
ഏഴാം മുങ്ങിന് - കോഴി കിട്ടീ

കിട്ടിയതെല്ലാം കൈയിൽ ഒതുക്കിപ്പിടിച്ചുകൊണ്ട് ഞൊണ്ടിയമ്മ നീന്തി നീന്തി അക്കരെയുള്ള ഒരു പുലിമടക്കരികിലെത്തി. പുലിമടയിൽ പുലിയച്ചനില്ലാത്ത നേരമായിരുന്നു.

ഞൊണ്ടിയമ്മ പുലിമടയിൽ കയറി വാതിലടച്ചു.

കാട്ടിൽ ഇരതേടാൻ പോയ പുലിയച്ചൻ അതിശയിച്ചു. തന്റെ മടക്കകത്തുകയറി ഇത്ര ധൈര്യം കാണിക്കാൻ ആരാണ് ഒരുമ്പെ

ടുക? പുലിയച്ഛൻ ദേഷ്യത്തിൽ ഉറക്കെ ചോദിച്ചു:

പുലിമടയിൽ ആരെടാ?

പുലിമടയിൽ ഞാനെടാ! അകത്തുനിന്നും ഞൊണ്ടിയമ്മ തട്ടിവിട്ടു.

ഞാനോ...? പേരു പറയ്?

എന്നെ മനസ്സിലായില്ലേ? ഞാനാണ് ഞൊണ്ടിയമ്മ!

ഞൊണ്ടിയമ്മ അകത്തുനിന്ന് ഉറക്കെ പറഞ്ഞു.

പുറത്ത് പുലിയാണ്; പുലി!

ഹഹഹ...! പുലിയോ....? പുലിയെ എന്റെ വാലിൻ തുമ്പത്ത് കെട്ടാനില്ലല്ലോ! ഞൊണ്ടിയമ്മ മുഴങ്ങുന്ന സ്വരത്തിൽ പറഞ്ഞു.

അത്ര ഭയങ്കരിയാണെങ്കിൽ നിന്റെ കാലൊന്നു കാണട്ടെ? പുലിയച്ഛൻ ആവശ്യപ്പെട്ടു. അപ്പോൾ ഞൊണ്ടിയമ്മ തന്റെ കൈയിലിരുന്ന തോട്ടിയെടുത്തു നീട്ടി.

പുലിയച്ഛൻ ഭയന്നു; അവൻ തന്നത്താൻ പറഞ്ഞു:

ഹയ്യോ...! ഇതൊരു പെരുങ്കാലാണല്ലോ! എങ്കിൽ നിന്റെ തലയൊന്നു കാണട്ടെ?

ഞൊണ്ടിയമ്മ ഉടനെ ചെമ്പെടുത്തു കാണിച്ചു. പുലിയച്ഛൻ നടുക്കത്തോടെ പറഞ്ഞു: അയ്യോ...! ഇതൊരു പെരുന്തലയാണല്ലോ...! എങ്കിൽ നിന്റെ വയറൊന്നു കാണട്ടെ?

ഞൊണ്ടിയമ്മ വഞ്ചിയുടെ അടിഭാഗം കാണിച്ചുകൊടുത്തു. പുലിയച്ഛൻ പറഞ്ഞു: അമ്പോ, ഇതൊരു പെരുവയറാണല്ലോ...! എങ്കിൽ നിന്റെ മുതുകൊന്നു കാണട്ടെ?

ഞൊണ്ടിയമ്മ വേഗം പെട്ടി പൊക്കിക്കാണിച്ചു. പുലിയച്ഛൻ പറഞ്ഞു:

ഹമ്മോ...! ഇതൊരു വമ്പൻ മുതുകാണല്ലോ! എങ്കിൽ നിന്റെ കാലിന്റെ നഖമൊന്നു കാണട്ടെ?

ഞൊണ്ടിയമ്മ വാളിന്റെ മുന കാണിച്ചുകൊടുത്തു.

പുലിയച്ഛൻ പറഞ്ഞു:

അമ്പമ്പോ! ഇതൊരു കൂറ്റൻ നഖമാണല്ലോ! എങ്കിൽ നിന്റെ ഒച്ചയൊന്നു കേൾക്കട്ടെ?

ഞൊണ്ടിയമ്മ ചെണ്ട കൈയിലെടുത്ത് ആഞ്ഞു കൊട്ടാൻ തുടങ്ങി. ഒപ്പം കോഴിയുടെ കഴുത്തുപിടിച്ച് പിരിക്കുകയും ചെയ്തു. രണ്ടുംകൂടിയായപ്പോൾ ആരും നടുങ്ങുന്ന ഒരു ഭയങ്കര സ്വരമായി

മാറി!

രാക്ഷസിയെപ്പോലും വെല്ലുന്ന ഈ ഭീകര ജന്തു പുറത്തേക്കു വന്നാൽ തന്നെ അപ്പാടെ വിഴുങ്ങുമെന്ന് പുലിയച്ചൻ ഭയന്നു.

അവൻ ഉറക്കെ കരഞ്ഞുകൊണ്ട് പറഞ്ഞു:

അയ്യോന്റമ്മേ...! എന്നെ വിഴുങ്ങരുതേ! ഞാനിപ്പൊത്തന്നെ ഇവിടന്നു പൊയ്ക്കോളാമേ...!

പുലിയച്ചൻ ധുടുപടു വെന്ന് ഓടിപ്പോകുന്ന ശബ്ദം ഞൊണ്ടിയമ്മ കേട്ടു. അവൾ പതുക്കെ വാതിൽ തുറന്നുനോക്കി. അതാ, അവൻ വാലും ചുരുട്ടി തിരിഞ്ഞുനോക്കാതെ ഓടുകയാണ്!

രസകരമായ ഈ കാഴ്ച കണ്ട് ഞൊണ്ടിയമ്മ ചിരിച്ചു ചിരിച്ചു മണ്ണുകപ്പി!

മഴദേവതയും കുഞ്ഞിപ്പൂമ്പാറ്റയും

പൊന്നരളിക്കാവിൽ മഴവില്ലിന്റെ നിറമുള്ള ഒരു അഴകിപ്പൂമ്പാറ്റ പാർത്തിരുന്നു. അവളെകാണാൻ എന്തുഭംഗിയായിരുന്നെന്നൊ!

കുറേക്കാലം കഴിഞ്ഞപ്പോൾ അഴകിപ്പൂമ്പാറ്റയ്ക്ക് ഒരു കുഞ്ഞോമന പിറന്നു. പക്ഷേ അവളെകാണാൻ ഒരു ചന്തവും ഉണ്ടായിരുന്നില്ല. വെറുതെ ഒരു തവിട്ടുപൂമ്പാറ്റ!

ഹയ്യേ! ഇവളെ എന്തിനുകൊള്ളാം! വൃത്തികെട്ട ജന്തു! - മറ്റു പൂമ്പാറ്റകൾ കുഞ്ഞിപ്പൂമ്പാറ്റയെ കളിയാക്കി. ഇതുകേട്ട് കുഞ്ഞിപ്പൂമ്പാറ്റ വല്ലാതെ സങ്കടപ്പെട്ടു.

ഒരു ദിവസം കുഞ്ഞിപ്പൂമ്പാറ്റ ആകാശത്തോടു ചോദിച്ചു: നീലാകാശമേ നീലാകാശമേ, എനിക്കു നിന്റെ നിറം തരാമോ?

നീലാകാശം അവൾക്ക് നിറം കൊടുത്തില്ല. അവൾ പച്ചിലക്കാടിനോടു ചോദിച്ചു:

പച്ചിലക്കാടേ പച്ചിലക്കാടേ, എനിക്ക് നിന്റെ നിറം തരാമോ?

പച്ചിലക്കാട് കുഞ്ഞിപ്പൂമ്പാറ്റയ്ക്ക് നിറം കൊടുക്കാൻ തയ്യാറായില്ല. അവൾ അതുവഴി വന്ന മഞ്ഞക്കിളിയോട് നിറം ചോദിച്ചു: മഞ്ഞക്കിളിയും അവൾക്ക് നിറം കൊടുത്തില്ല.

കുഞ്ഞിപ്പൂമ്പാറ്റ പറന്ന് ഒരു ചെമ്പരത്തിക്കാടിന്റെ അരികിലെത്തി. നിറയെ ചുവന്നുതുടുത്ത ചെമ്പരത്തിപ്പൂക്കൾ!

ചെമ്പരത്തിപ്പൂവേ ചെമ്പരിത്തിപ്പൂവേ, എനിക്കുനിന്റെ നിറം തരാമോ? - അവൾ ചോദിച്ചു.

ഇല്ലില്ല; ഞാൻ നിറം തരില്ല; വേഗം പൊയ്ക്കോ - ചെമ്പരത്തിപ്പൂവ് മുഖം ചുമപ്പിച്ചു.

പാവം കുഞ്ഞിപ്പൂമ്പാറ്റ പറന്നുതളർന്ന് കടൽത്തീരത്തെത്തി. അപ്പോൾ പെട്ടെന്ന് ആകാശ്ത്ത് മഴമേഘങ്ങൾ ഉരുണ്ടുകൂടാൻ തുട

ങ്ങി. അവൾ അവിടെയിരുന്ന് ഉറക്കെ പൊട്ടിക്കരഞ്ഞു.

കുഞ്ഞിപ്പൂമ്പാറ്റയുടെ കരച്ചിൽ അതുവഴിവന്ന മഴദേവത കേട്ടു. ദേവത പറഞ്ഞു: കുഞ്ഞിപ്പൂമ്പാറ്റേ നീ സങ്കടപ്പെടേണ്ട; ഇപ്പോൾ ഞാൻ മാനത്ത് മഴവില്ലു വരക്കും. ഞാൻ നിനക്ക് മഴവില്ലിന്റെ നിറം തരാം.

താമസിയാതെ മഴദേവത ആകാശത്ത് ഏഴഴകുള്ള മഴവില്ല് വരച്ചു. അതിലെ ഏഴു നിറങ്ങളും ദേവത കുഞ്ഞിപ്പൂമ്പാറ്റയ്ക്ക് നൽകി.

കുഞ്ഞുപ്പൂമ്പാറ്റേ, നിന്റെ എളിമയും പരിശ്രമശീലവും എന്നെ കൂടുതൽ സന്തോഷപ്പിച്ചു. ഇനിമേൽ നീയായിരിക്കും പൂമ്പാറ്റകളുടെ റാണി! -മഴദേവത അവളെ അനുഗ്രഹിച്ചു. എവിടെ എളിമയുണ്ടോ അവിടെ വിജയമുണ്ട്.

ചപ്പാത്തിവേലുവിന്റെ അത്യാർത്തി

ചപ്പാത്തിവേലു പെരുവയറനും പെരും കൊതിയനുമായിരുന്നു. പള്ളിക്കൂടത്തിലെ കുട്ടികൾക്കെല്ലാം അവനെ എന്തൊരു പേടിയായിരുന്നെന്നോ!

കുട്ടികൾ പുറത്തുപോകുന്ന തക്കം നോക്കി അവരുടെ ചോറ്റുപാത്രം തുറന്ന് ചോറും കറികളും കട്ടുതിന്നുന്നത് ചപ്പാത്തിവേലുവിന്റെ വിനോദമായിരുന്നു.

ഒരിക്കൽ കുഞ്ഞൂട്ടി സാർ ഉച്ചയ്ക്കു തിന്നാൻ വാഴയിലയിൽ പൊതിഞ്ഞ് മേശവലിപ്പിൽ സൂക്ഷിച്ചിരുന്ന ചപ്പാത്തി മുഴുവൻ വേലുകട്ടുതിന്നു. ഇത് മറ്റു കുട്ടികൾ കണ്ടുപിടിച്ചു. അങ്ങനെയാണ് അവന് ചപ്പാത്തിവേലു എന്നു പേരുവന്നത്.

കുഞ്ഞൂട്ടി സാറിന് അവനോട് ദേഷ്യമൊന്നും തോന്നിയില്ല. അദ്ദേഹം സ്നേഹത്തോടെ അവനെ ഉപദേശിച്ചു:

വേലൂ, നീ എന്റെ ചപ്പാത്തി തിന്നതിൽ എനിക്കു വിഷമമൊന്നുമില്ല; നീയൊരു കുട്ടിയല്ലേ! എങ്കിലും കളവും ആർത്തിയും നന്നല്ല. നീയത് ഉപേക്ഷിക്കണം.

ഇല്ല സാർ, ഞാനിനി ഒന്നും കട്ടുതിന്നൂല്ല. സാറെനിക്കു മാപ്പു തരണം. വേലു കുഞ്ഞൂട്ടിസാറിനോട് അപേക്ഷിച്ചു.

കുഞ്ഞൂട്ടിസാർ അവന് മാപ്പുകൊടുത്തു. പിന്നെ അവൻ കുറേ ദിവസത്തേക്ക് കൊതിയൊക്കെ അടക്കിവെച്ച് നല്ലപിള്ളയായിക്കഴിഞ്ഞു.

പക്ഷേ, പത്തുപതിനഞ്ചു ദിവസം കഴിഞ്ഞപ്പോൾ ചപ്പാത്തിവേലുവിന്റെ മട്ടുമാറി. അവൻ ആറാം ക്ലാസിലെ കുട്ടൂസന്റെ മുട്ടക്കറിയും ചോറും ഒറ്റശ്വാസത്തിന് അകത്താക്കി. ഇത് ഇട്ടുണ്ണൂലി ടീച്ചർ കണ്ടുപിടിച്ചു. ഇട്ടുണ്ണൂലി ടീച്ചർ നീരസത്തോടെ അവനെ ശകാരിച്ചു:

എടാ വേലൂ, എന്തു തോന്ന്യാസമാ നീ കാട്ടുന്നത്? കുട്ടൂസന്റെ മുട്ടക്കറിയും ചോറും കട്ടുതിന്നാൻ നിനക്കെന്തവകാശം? അവനിന്ന് പട്ടിണിയായില്ലേ? മേലിൽ ഇങ്ങനെ ചെയ്താൽ അടിച്ചു നിന്റെ തുട പൊളിക്കും!

ഇതുകേട്ട് ചപ്പാത്തിവേലു നാവു നുണഞ്ഞുകൊണ്ട് പറഞ്ഞു:

മുട്ടക്കറിയുടെ മണം കേട്ട് എനിക്കു വല്ലാത്ത കൊതിവന്നു. അതുകൊണ്ട് ചെയ്തതാ. ഇനി മേലിൽ കക്കൂല്ല. ടീച്ചറമ്മ എനിക്ക് മാപ്പുതരണം.

ഇട്ടുണ്ണൂലി ടീച്ചർ അവന് മാപ്പുകൊടുത്തു. പിന്നെ കുറേ ദിവസത്തേക്ക് പള്ളിക്കൂടത്തിൽ ചപ്പാത്തിവേലുവിന്റെ യാതൊരു ശല്യവും ഉണ്ടായില്ല.

പക്ഷേ, ഒരു മാസം തികയുംമുമ്പേ ചപ്പാത്തിവേലു പള്ളിക്കൂടത്തിന്റെ മുമ്പിലുള്ള കുപ്പുസ്വാമിയുടെ ചായക്കടയിൽ കയറി പത്തിരുപത് പഴംപൊരി വാരിത്തിന്നു. ഇത് കുപ്പുസ്വാമിയുടെ കെട്ടിയവൾ നങ്ങിയമ്മ കണ്ടുപിടിച്ചു. നങ്ങിയമ്മ ദേഷ്യത്തോടെ അവനെ പിടിച്ച് മുറ്റത്തുള്ള പുളിമരത്തിൽ കെട്ടിയിട്ടു.

എടാ കള്ളപ്പഹയാ...! പഴംപൊരിയുടെ കാശുതരാതെ ആരു വന്നാലും നിന്നെ അഴിച്ചുവിടില്ല. അവിടെ കെടന്നോ!

ഇതുകേട്ട് ചപ്പാത്തിവേലു നാണത്തോടെ പറഞ്ഞു:

നങ്ങിയമ്മേ, ഞാൻ കൊതികൊണ്ടു തിന്നുപോയതാ. അച്ഛനോട് കാശുവാങ്ങി തന്നോളാം. ഇപ്പോ എനിക്ക് മാപ്പുതരണം.

അതോടെ നങ്ങിയമ്മയുടെ മനസ്സലിഞ്ഞു. അവർ അവന് മാപ്പുകൊടുത്ത് വിട്ടയച്ചു. പിന്നെ കുറേ നാളത്തേക്ക് അവൻ അടങ്ങിയൊതുങ്ങി കഴിഞ്ഞു.

പക്ഷേ, രണ്ടുമാസം തികഞ്ഞില്ല; അതിനുമുമ്പേ ചപ്പാത്തിവേലു പള്ളിക്കൂടവളപ്പിലെ വരിക്കപ്ലാവിന്റെ മുകളിൽ കയറിപ്പറ്റി. അവിടെയിരുന്ന് മൂത്തുപഴുത്ത ഒരു വലിയ ചക്ക മുഴുവൻ തിന്നുതീർത്തു. പള്ളിക്കൂടത്തിലെ തൂപ്പുകാരി കുഞ്ഞിപ്പാത്തു ഇത് കണ്ടെത്തി. കുഞ്ഞിപ്പാത്തു ചൂലു വീശിക്കൊണ്ട് പറഞ്ഞു :

അമ്പട കള്ളാ....! ഹെഡ്മാസ്റ്ററിങ്ങോട്ടു വരട്ടെ. ഇന്നു നിന്റെ തോലുപൊളിച്ച് ഞാൻ ചെണ്ടകെട്ടും; കണ്ടോളൂ.

ഇതു കേട്ടതോടെ ചപ്പാത്തി വേലു പേടിച്ചുവിറച്ചു. അവൻ കാലുതെറ്റി തടുപുടിനത്തോം എന്ന് താഴെ വീണു! ഒടുവിൽ അധ്യാ

പകരെല്ലാം ഓടി വന്ന് അവനെ പൊക്കിയെടുത്ത് കരുണൻ വൈദ്യരുടെ ആശുപത്രയിൽ കൊണ്ടുപോയി കിടത്തി. ഉഴിച്ചിലും പിഴിച്ചിലും കഷായവുമായി പിന്നെ കുറേനാൾ അവിടെ അടങ്ങിയൊതുങ്ങി കഴിഞ്ഞുകൂടി.

പക്ഷേ, ഒടിവും ചതവുമൊക്കെ മാറി പള്ളിക്കൂടത്തിലെത്തിയ ദിവസം തന്നെ കട്ടുതീറ്റ വീണ്ടും തുടങ്ങി. ഒരു ദിവസം അവൻ പള്ളിക്കൂടത്തിലെ കഞ്ഞിപ്പുരയിൽ കയറിപ്പറ്റി. കുട്ടികൾക്ക് നൽകാനായി ഒരുക്കിവെച്ചിരുന്ന ഒരു കലം ചെറുപയറുകറി മുഴുവൻ അവൻ ഒറ്റിയിരിപ്പിന് അകത്താക്കി! അന്നത്തെ ദിവസം കുട്ടികൾക്ക് കറിയില്ലാതെ കഞ്ഞിമാത്രം കുടിക്കേണ്ട ഗതികേട് വന്നു!

ചപ്പാത്തിവേലുവാണ് കറി മുഴുവൻ കട്ടുതിന്നതെന്ന് ഹെഡ്മാസ്റ്റർ അറിഞ്ഞു. അദ്ദേഹം ദേഷ്യത്തോടെ നാലുപാടും അവനെ തെരഞ്ഞു.

അപ്പോഴാണ് ചപ്പാത്തിവേലു വിറകുപുരയിൽ കിടന്ന് കരയുന്നുണ്ടെന്ന് ചില കൂട്ടുകാർ പറഞ്ഞത്.

ഹെഡ്മാസ്റ്ററും മറ്റു സാറന്മാരും അങ്ങോട്ടു പാഞ്ഞു. അപ്പോൾ കണ്ടതോ? ചപ്പാത്തിവേലു വിറകുപുരയുടെ ഒരു മൂലക്ക് ചുരുണ്ടുകൂടിക്കിടന്ന് ഉരുളുന്നു! അവന്റെ വയറ് വലിയ ചങ്ങനാശ്ശേരി മത്തങ്ങപോലെ വീർത്തിരുന്നു. ഇരിക്കാനും വയ്യ; നിൽക്കാനും വയ്യ; കിടക്കാനും വയ്യ...! അവൻ ദയനീയമായി മോങ്ങുന്നു!ഹെഡ്മാസ്റ്റർ വേലുവിന്റെ അച്ഛനമ്മമാരെ വിളിക്കാൻ ആളയച്ചു. അവർ അമ്പരന്ന് ഓടിവന്നു. അച്ഛൻ ചോദിച്ചു:

എന്താ സാറേ, എന്താ വിശേഷം? വേലുവിനെന്തുപറ്റി? അവൻ മൂന്നു കിണ്ണം പായസം കുടിച്ചിട്ടാണ് പള്ളിക്കൂടത്തിലേക്ക് പോന്നത്.

ഹെഡ്മാസ്റ്റർ പറഞ്ഞു:

വേറെ കുഴപ്പമൊന്നുമില്ല. മൂന്നു കിണ്ണം പായസത്തിനു മീതെ അവൻ ഉച്ചക്കഞ്ഞിക്കു കൊടുക്കാൻ വെച്ച ഒരു കലം പയറുകൂടി തിന്നു. ആ ഒരു കുഴപ്പമേ ഉള്ളൂ.

ഇതിനിടയിൽ വേലുവിന്റെ നിലവിളി ഉച്ചത്തിലായി. അച്ഛൻ വൈദ്യരെ വിളിക്കാനോടി.

അൽപസമയത്തിനുള്ളിൽ മരുന്നുപെട്ടിയും തൂക്കി കൊട്ടിക്കലെ കിട്ടുണ്ണി വൈദ്യൻ വന്നെത്തി.

വായും വയറുമെല്ലാം അദ്ദേഹം നന്നായി പരിശോധിച്ചു. കിട്ടുണ്ണി വൈദ്യൻ രണ്ടുമൂന്നു ഗുളികകൾ അരച്ച് വേലുവിന്റെ വായിലൊഴിച്ചുകൊടുത്തു. കുറേ കഴിഞ്ഞപ്പോൾ വയറുവേദന മാറി. അവൻ എഴുന്നേറ്റിരുന്നു. അപ്പോൾ കിട്ടുണ്ണി വൈദ്യൻ ചിരിച്ചുകൊണ്ട് വേലുവിനോട് പറഞ്ഞു:

കുട്ടീ, ആർത്തി നന്നല്ല. കണ്ണിൽ കണ്ടതൊക്കെ കട്ടും കൈയിട്ടുവാരിയും തിന്നാൽ ഇതുപോലിരിക്കും! മേലിൽ നീ ഇങ്ങനെ ചെയ്യരുത്.

ഇതുകേട്ടതോടെ ചപ്പാത്തിവേലുവിന്റെ കണ്ണുകൾ നിറഞ്ഞു. നാണക്കേടും സങ്കടവുംകൊണ്ട് അവന്റെ മുഖം കുനിഞ്ഞു. ഹെഡ്മാസ്റ്ററുടെ കാലുകളിൽ സാഷ്ടാംഗം വീണിട്ട് അവൻ പറഞ്ഞു:

അത്യാർത്തികൊണ്ട് ഞാൻ എന്റെ കൂട്ടുകാരുടെ കറിപോലും കട്ടുതിന്നു! വിശന്നു ചത്താലും ഇനിമേലിൽ ഞാൻ ഒന്നും മോഷ്ടിക്കില്ല. സാറിന്റെ നല്ലൊരു കുട്ടിയായി ഞാനിവിടെ കഴിഞ്ഞുകൊള്ളാം.

ഹെഡ്മാസ്റ്റർ വേലുവിന്റെ കണ്ണുകൾ തുടച്ചു: വേലൂ, കളവും ചതിയും ആർത്തിയും നമ്മുടെ ജീവിതം തുലയ്ക്കും. അതാണ് നിനക്കു പറ്റിയത്. ഇനിയിത് ആവർത്തിക്കരുത്!

പിന്നീടൊരിക്കലും വേലു ആർത്തി കാണിച്ചിട്ടില്ല; ആരുടെയും ആഹാരം മോഷ്ടിച്ചിട്ടുമില്ല.

ഗുണ്ടൻ കടുവയും മാൻകിടാവും

കറുകവനത്തിൽ പണ്ട് കസ്തൂരിയമ്മ എന്നുപേരുള്ള ഒരു പെൺമാൻ പാർത്തിരുന്നു. അവൾക്ക് മിടുമിടുക്കന്മാരായ രണ്ട് മക്കൾ പിറന്നു; അവർ ഇരട്ടക്കുട്ടികളായിരുന്നു.

കസ്തൂരിയമ്മ മക്കൾക്ക് ഡംഭനെന്നും ജംബനെന്നും പേരിട്ടു. പേരുപോലെത്തന്നെ ഡംഭൻ ആളൊരു പൊങ്ങച്ചക്കാരനും ധിക്കാരിയുമായിരുന്നു. നീണ്ട കഴുത്തും നീണ്ടുകൂർത്ത കൊമ്പുകളുമുള്ള അവനെ കണ്ടാൽ ആരും പേടിച്ച് വഴിമാറിപ്പോകുമായിരുന്നു.

എന്നാൽ ജംബൻ നല്ല വിനയവും അന്തസ്സും ഉള്ളവനായിരുന്നു. എല്ലാംമൃഗങ്ങളും അവന്റെ അടുത്ത ചങ്ങാതിമാരായിരുന്നു. ജംബന്റെ ഈ പെരുമാറ്റം ഡംഭന് ഒട്ടും ഇഷ്ടമായില്ല. അവൻ ഇടക്കിടെ പറയും: എടാ, നമുക്കീ കാട്ടിൽ ആരെയും പേടിക്കാനില്ല. നീയെന്തിനാ എല്ലാവരേയും ഇങ്ങനെ വന്ദിച്ചും പൂജിച്ചും നടക്കുന്നത്? വേറെ പണിയില്ലേ?

ചേട്ടാ, പേടിക്കേണ്ടവനെ പേടിക്കണം. ബഹുമാനിക്കേണ്ടവനെ ബഹുമാനിക്കണം. അല്ലാതെ എല്ലാവരോടും പുച്ഛത്തോടെ പെരുമാറേണ്ട കാര്യമില്ല -ജംബൻ സഹോദരനെ പറഞ്ഞു മനസ്സിലാക്കും.

ഒരിക്കൽ എവിടെനിന്നോ ഗുണ്ടൻ എന്നുപേരുള്ള ഒരു കൂറ്റൻ കടുവ കറുകവനത്തിൽ വന്ന് താമസമാക്കി. അവന്റെ അലർച്ച കേട്ടാൽ ഏതു മൃഗവും പറപറക്കും!

ഒരിക്കൽ ഡംഭൻ ഒട്ടും വിചാരിച്ചിരിക്കാതെ ഗുണ്ടൻ കടുവയുടെ മുന്നിൽ ചെന്നുചാടി. ഗുണ്ടന്റെ അലർച്ച കേട്ടപ്പോൾത്തന്നെ ഡംഭൻ വിറച്ചുപോയി. ഗുണ്ടൻ മീശവിറപ്പിച്ച് ചോദിച്ചു:

എടാ, നിനക്ക് നല്ല തണ്ടും തടിയുമുണ്ടല്ലോ. കണ്ടിട്ട് ഒരു

ഗുണ്ടാത്തലവനെപ്പോലിരിക്കുന്നു! നിന്റെ കാലിലെന്തുണ്ട്?

കാലിൽ കുളമ്പുണ്ട്.

ങ്ഹാ! ഭേഷ്! പിന്നെ തലയിലെന്തുണ്ട്?

തലയിൽ കൊമ്പുണ്ട്.

കൊള്ളാം; മിടുക്കൻ....! ഉള്ളിലെന്തുണ്ട്?

ഉള്ളിൽ നിറയെ പേടിയാണ് - ഡംഭൻ വിറയാർന്ന സ്വരത്തിൽ പറഞ്ഞു.

ഹയ്യടാ! എങ്കിൽ നിന്നെ ഞാൻ കസ്റ്റഡിയിലെടുത്തിരിക്കുന്നു! ഓരാഴ്ച മൂക്കറ്റം മാനിറച്ചി തിന്നാം! ഗുണ്ടൻ ഉറക്കെ പൊട്ടിച്ചിരിച്ചുകൊണ്ട് അവനെ പിടിച്ച് തന്റെ ഗുഹയിലടച്ചു.

ഈ വാർത്ത വനത്തിലെങ്ങും കാട്ടുതീപോലെ പരന്നു. തന്റെ സഹോദരനെ ഗുണ്ടൻ കടുവ പിടികൂടിയതറിഞ്ഞ് ജംബൻ അവിടേയ്ക്ക് പാഞ്ഞെത്തി. അവൻ പറഞ്ഞു:

ഏയ് കടുവാച്ചേട്ടാ, എന്റെ സഹോദരനെ താൻ പിടികൂടിയതായറിഞ്ഞു. വേഗം അവനെ വിട്ടുതരണം.

എന്ത്...! ഞാൻ പിടികൂടിയവനെ വിട്ടുതരണമെന്നോ? ഇല്ല; അതു നടക്കില്ല. ജീവൻ വേണമെങ്കിൽ വേഗം പോയ്ക്കോ -ഗുണ്ടൻ കടുവ ജംബനെ നോക്കി കണ്ണുരുട്ടി.

അങ്ങനെ പോകാൻ വന്നതല്ല; ഞാനെന്റെ സഹോദരനെയും കൊണ്ടേ പോകൂ - ജംബൻ ഉറച്ച സ്വരത്തിൽ അറിയിച്ചു.

അങ്ങനെയോ? നിന്റെ കാലിലെന്തുണ്ട്?

എന്റെ കാലിൽ ഉരുക്കിന്റെ ശക്തിയുള്ള കുളമ്പുണ്ട്.

നിന്റെ തലയിൽ എന്തുണ്ട്?

എന്റെ തലയിൽ ശത്രുവിനെ കുത്തിക്കോർക്കാൻ പറ്റിയ കൂർത്ത മൂർത്ത കൊമ്പുണ്ട്!

നിന്റെ ഉള്ളിലെന്താണുള്ളത്?

എന്റെ ഉള്ളിൽ ശത്രുവിനെ നേരിടാനുള്ള ധൈര്യമുണ്ട്. വേഗം എന്റെ സഹോദരനെ വിട്ടുതന്നോളൂ -ജംബൻ ഉഗ്രസ്വരത്തിൽ ആവശ്യപ്പെട്ടു.

ഇല്ലെങ്കിൽ? ഗുണ്ടൻ കടുവ ജംബനെ നോക്കി മുരളാൻ തുടങ്ങി.

ഇല്ലെങ്കിൽ നിന്റെ വയറു ഞാൻ കുത്തിക്കീറും! ഭയങ്കരമായി കൊമ്പുകുലുക്കിക്കൊണ്ട് ജംബൻ കുതിച്ചൊരു ചാട്ടം!

ഇതുകണ്ടതോടെ ഗുണ്ടന്റെ ഗ്യാസുപോയി! വാലും ചുരുട്ടി വാണം വിട്ടതുപോലെ അവൻ കുണ്ടും കുഴിയും ചാടിക്കടന്ന് എവിടെയോ പോയ്മറഞ്ഞു.

ജംബൻ വേഗം ഗുഹയിൽ കടന്ന് ഡംഭനെ പുറത്തിറക്കി. ഡംഭൻ ജംബനെ കെട്ടിപ്പിടിച്ചു കരഞ്ഞു. അവൻ പറഞ്ഞു:

ജംബാ, നീ ഓടിയെത്തിയിരുന്നില്ലെങ്കിൽ ഇപ്പോൾ എന്റെ കഥ കഴിഞ്ഞേനേ! നിന്റെ ധൈര്യമാണ് എന്നെ രക്ഷിച്ചത്.

അതു ശരിയാണ്. തണ്ടും തടിയും ഉണ്ടായതുകൊണ്ട് കാര്യമില്ല. ആരുടെ മുന്നിലും ചൂളിപ്പോകാത്ത ധീരമായ ഒരു മനസ്സാണ് നമുക്കുവേണ്ടത ് -ജംബൻ സഹോദരനെ ഉപദേശിച്ചു.

അതുശരിയാണെന്ന് ഡംഭൻ സമ്മതിച്ചു. പിന്നെ ഒരിക്കലും അവൻ ആരുടെ മുന്നിലും പൊങ്ങച്ചം കാണിക്കാൻ പോയിട്ടില്ല.

നല്ല അയൽക്കാർ

ആശാരി മുറ്റത്തെ അമ്മച്ചിപ്ലാവിന്റെ പൊത്തിലാണ് മണിച്ചിയണ്ണാനും മണിമക്കളും പാർത്തിരുന്നത്. മണിച്ചി വല്ലാത്ത ദേഷ്യക്കാരിയും കുറുമ്പിയുമായിരുന്നു.

അവളുടെ തൊട്ടയൽക്കാരനായിരുന്നു മരംകൊത്തിയമ്മാവൻ. അമ്മച്ചിപ്ലാവിന്റെ അരികിൽ നിൽക്കുന്ന മുത്തശ്ശിമാവിന്റെ പൊത്തിലായിരുന്നു മരം കൊത്തിയമ്മാവന്റെ താമസം.

തനിക്കുകിട്ടുന്ന അത്തിപ്പഴവും ചെത്തിപ്പഴവുമൊക്കെ കൊണ്ടുവന്ന് മരംകൊത്തിയമ്മാവൻ മണിച്ചിയുടെ മക്കളെ തീറ്റിക്കും. അവരുടെ ഓട്ടവും ചാട്ടവും കളിയാട്ടവുമൊക്കെ അമ്മാവന് നന്നേ ഇഷ്ടമായിരുന്നു.

എന്നാൽ മരംകൊത്തി തന്റെ വീട്ടിൽ വരുന്നതും കുഞ്ഞുമക്കളെ താലോലിക്കുന്നതുമൊന്നും മണിച്ചിയണ്ണാന് ഒട്ടും ഇഷ്ടമായിരുന്നില്ല.

അവൾ ഇടക്കിടെ അണ്ണാക്കുട്ടന്മാരോട് പറയും : ഉണ്ണികളേ, തലയിൽ തൊപ്പിപ്പാളയും ചൂടി നടക്കുന്ന മരംകൊത്തിച്ചാത്തൻ തീരെ കൊള്ളാത്തവനാണ്. അവനോട് നിങ്ങൾ കൂട്ടുകൂടേണ്ട.

ഒരിക്കൽ മരംകൊത്തിയമ്മാവൻ മുത്തശ്ശിമാവിന്റെ തടിയിൽ ടക്ടക്!.. . ടക്ടക് !... എന്ന് ആഞ്ഞുകൊത്തി പുഴുക്കളെ എടുത്ത് തിന്നുകയായിരുന്നു.

ഈ സമയത്ത് മണിച്ചിയണ്ണാൻ ദേഷ്യത്തോടെ മരം കൊത്തിയമ്മാവന്റെ അരികിലേക്ക് പാഞ്ഞുചെന്നു; എന്നിട്ടുപറഞ്ഞു :

എടാ തെമ്മാടീ, നീയെന്റെ മക്കളെ ഒന്നുറങ്ങാൻ പോലും സമ്മതിക്കില്ല; അല്ലേ? എപ്പോനോക്കിയാലും തട്ടലും മുട്ടലും തന്നെ! മര്യാദയ്ക്ക് ഇവിടന്ന് സ്ഥലം വിട്ടില്ലെങ്കിൽ നിന്നെ ഞാൻ

കടിച്ചുകീറും -അവൾ അവനെ പല്ലിളിച്ചുകാട്ടി.

പാവം മരംകൊത്തിയമ്മാവൻ! അവൻ പേടിച്ചുവിറച്ച് അന്നു തന്നെ കുറച്ചകലെയുള്ള കുടപ്പനയിലേക്ക് താമസം മാറ്റി.

തന്നെ പേടിച്ച് മരംകൊത്തി താമസംമാറ്റിയെന്നറിഞ്ഞ് മണിച്ചിയണ്ണാൻ തുള്ളിച്ചാടി!

എന്നാൽ തങ്ങളുടെ പ്രിയപ്പെട്ട അമ്മാവനെ കാണാതായപ്പോൾ അണ്ണാക്കുട്ടന്മാർക്ക് എന്തെന്നില്ലാത്ത സങ്കടംതോന്നി.

ഒരിക്കൽ അണ്ണാക്കുട്ടന്മാരെ വീട്ടിൽ തനിച്ചാക്കിയിട്ട് മണിച്ചിയണ്ണാൻ കാട്ടിൽ തീറ്റതേടാൻ പോയി.

ഈ തക്കം നോക്കി പെരുവയറൻ മലമ്പാമ്പ് പാത്തുംപതുങ്ങിയും അണ്ണാക്കുട്ടന്മാരുടെ അരികിലെത്തി. അവൻ പറഞ്ഞു :

ഹായ് ഹായ്! ഇവിടെയെങ്ങും ആരുമില്ല. ഞാൻ നിങ്ങളെ ഒന്നൊന്നായി വിഴുങ്ങാൻ പോകുകയാണ്.

മലമ്പാമ്പിന്റെ പറച്ചിൽകേട്ട് അണ്ണാക്കുട്ടന്മാർ ഉറക്കെ കരഞ്ഞു. അവരുടെ കരച്ചിൽ അങ്ങകലെ കുടപ്പനയുടെ മുകളിലിരുന്ന മരംകൊത്തിയമ്മാവൻ കേട്ടു.

അവൻ വേഗത്തിൽ പറന്നുവന്ന് മലമ്പാമ്പിനെ നേരിട്ടു. അവന്റെ കൊത്തേറ്റ് മലമ്പാമ്പ് പ്ലാപ്പൊത്തിൽ നിന്ന് പ്ധും! എന്നൊരു വീഴ്ച! ഇഴഞ്ഞും വലിഞ്ഞും അവൻ ഒരു കണക്കിന് തടിതപ്പി.

വൈകുന്നേരം അമ്മ വന്നപ്പോൾ അണ്ണാക്കുട്ടന്മാർ ഉണ്ടായസംഭവങ്ങളെല്ലാം അറിയിച്ചു.

മരംകൊത്തിയോട് മോശമായി പെരുമാറിയതിൽ അവൾ സങ്കടപ്പെട്ടു: ഇന്നുമുതൽ നീയല്ലാതെ മറ്റൊരു ചങ്ങാതിയും എനിക്കില്ല. നീയാണ് എന്റെ നല്ല അയൽക്കാരൻ! - അവൾ മരംകൊത്തിയോട് മാപ്പുപറഞ്ഞു. അന്നുമുതൽ അവർ നല്ല അയൽക്കാരായി കഴിഞ്ഞു.

മൺവെട്ടിയമ്മാവനും കുറ്റിച്ചൂലമ്മായിയും

ഉതുപ്പാൻ ചേട്ടന്റെ വീട്ടിൽ ഒരു മൺവെട്ടിയമ്മാവനുണ്ടായിരുന്നു. അമ്മാവൻ വല്ലാത്ത അസൂയക്കാരനും അത്യാഗ്രഹിയുമായിരുന്നു. മറ്റുള്ളവരെ പരിഹസിക്കുക എന്നത് അമ്മാവന്റെ ഒരു ഹോബിയായിരുന്നു. ഒരു ദിവസം മൺവെട്ടിയമ്മാവൻ പാടത്തുപോയി ജോലിചെയ്ത് ക്ഷീണിച്ചുവന്ന് വീടിന്റെ ഭിത്തിയിൽ ചാരിയിരിക്കുകയായിരുന്നു. അപ്പോഴാണ് അവിടത്തെ കുറ്റിച്ചൂലമ്മായി മുറ്റമടിച്ചുകൊണ്ട് അതുവഴി വന്നത്.

കുറ്റിച്ചൂലമ്മായിയെ ഒന്നു പരിഹസിക്കണമെന്ന് മൺവെട്ടിയമ്മാവൻ വിചാരിച്ചു. അദ്ദേഹം കുറ്റിച്ചുലമ്മായിയെ നോക്കി പുച്ഛത്തോടെ പറഞ്ഞു:

എടീ കുറ്റിച്ചൂലേ, നിന്നെ എന്തിനുകൊള്ളാം? ഈർക്കിലിയൊക്കെ കൊഴിഞ്ഞ് നീ ചാവാറായല്ലോ. എന്നെ കണ്ടുപഠിക്ക്. ഞാൻ നല്ല ഉഷാറായി പാടത്തും പറമ്പിലും നടന്ന് കൊത്തിക്കിളക്കുന്നത് കണ്ടില്ലേ? എല്ലുമുറിയെ പണിയെടുത്താലേ എന്നെപ്പെലെ തടിമിടുക്കും മിടുമിടുക്കും ഉണ്ടാവൂ.

എനിക്ക് എന്റെ ജോലി ചെയ്യാനുള്ള തടിമിടുക്കും തന്റേടവുമൊക്കെ വേണ്ടത്ര ഉണ്ട്. താൻ തന്റെ പണി നോക്ക്! കുറ്റിച്ചൂലമ്മായി തിരിച്ചടിച്ചു.

ആരെങ്കിലും വെറുതെ ഒന്നു വളച്ചാൽ നിന്റെ എല്ലൊക്കെ ഒടിഞ്ഞുനുറുങ്ങും. പക്ഷേ, എന്നെ ആർക്കുമങ്ങനെ വളയ്ക്കാനും ഒടിക്കാനും പറ്റില്ല. ഞാനാണ് ബലവാൻ...! -മൺവെട്ടിയമ്മാവൻ ഒന്നുകൂടി ഞെളിഞ്ഞു.

ഇതുകേട്ട് കുറ്റിച്ചൂലമ്മായി പെട്ടെന്ന് പൊട്ടിച്ചിരിച്ചു. എന്നിട്ടു

പറഞ്ഞു:

എടോ മൺവെട്ടീ...! ഓരോരുത്തർക്കും ആവശ്യമുള്ള തന്റേടമേ വേണ്ടൂ. അമിതമായാൽ അമൃതം വിഷം എന്നു കേട്ടിട്ടില്ലേ?

ഇതുകേട്ട് മൺവെട്ടിയമ്മാവൻ വല്ലാതെ കോപിച്ചു. അമ്മാവൻ പറഞ്ഞു:

അമ്പടി കേമീ...! നീ അത്രക്കായോ? നീ ചെയ്യുന്നതിന്റെ നൂറിരട്ടി ജോലി ചെയ്യാൻ എന്നെക്കൊണ്ടു കഴിയും.

എങ്കിൽ നമുക്കൊരു പന്തയംവെയ്ക്കാം. എന്താ ? കുറ്റിച്ചൂലമ്മായി ചോദിച്ചു.

ശരി, നമുക്കൊന്നു പയറ്റിനോക്കാം - മൺവെട്ടിയമ്മാവൻ തയ്യാറെടുത്തു.

നമുക്കിഷ്ടപ്പെട്ട ജോലി തുടങ്ങാം - കുറ്റിച്ചൂലമ്മായി അറിയിച്ചു.

മൺവെട്ടിയമ്മാവൻ അപ്പോൾത്തന്നെ വീട്ടുമുറ്റത്ത് ഒരു വലിയ കുഴി കുഴിക്കാൻ തുടങ്ങി. കുറ്റിച്ചൂലമ്മായി വീട്ടുവളപ്പ് നന്നായി അടിച്ചുവാരാനും ഒരുങ്ങി.

കുറെ സമയം കഴിഞ്ഞപ്പോൾ ആ പരിസരമാകെ വൃത്തിയായി. അവരുടെ ജോലി അവസാനിക്കാറായപ്പോൾ ഉതുപ്പാൻ ചേട്ടൻ വന്നെത്തി. അയാൾ പറഞ്ഞു:

ഹായ ഹായ്...! ഇന്നു വീടും പരിസരവുമൊക്കെ വളരെ വൃത്തിയായിരിക്കുന്നു! വീട്ടുമുറ്റത്ത് ഒരുതരി ചപ്പോ ചവറോ കാണുന്നില്ല.

കുറച്ചുകഴിഞ്ഞാണ് മുറ്റത്തിന്റെ നടവിൽ ഒരു വലിയ കുഴി ഉതുപ്പാൻ ചേട്ടൻ കണ്ടത്. അയാൾ ദേഷ്യത്തോടെ പറഞ്ഞു:

അയ്യയ്യോ...! മുറ്റമൊക്കെ കുഴിച്ചു നശിപ്പിച്ചല്ലോ. ഇതാരു ചെയ്തവേലയാ? കുട്ടികൾ മുറ്റത്തിറങ്ങിയാൽ ഇതിൽ വീണ് നട്ടെല്ലൊടിയുമല്ലോ!

ഇതുകേട്ട് മൺവെട്ടിയമ്മാവൻ നടുങ്ങി. അകലെ മാറിയിരുന്ന കുറ്റിച്ചൂലമ്മായി പതുക്കെ മന്ദഹസിച്ചു. മൺവെട്ടിയമ്മാവൻ പറഞ്ഞു:

കുറ്റിച്ചൂലേ, കൂടുതൽ പണിയെടുക്കുന്നതിലില്ല, എടുക്കുന്ന പണി കുറവായാലും വൃത്തിയായി ചെയ്യുന്നതിലാണ് മിടുക്ക്! ഇനി നിന്നെ ഞാൻ ഒരിക്കലും പരിഹസിക്കില്ല...!

സാരമില്ല മൺവെട്ടിയമ്മാവാ, തർക്കവും തകരാറും കൂടാതെ നമുക്കിനിയും മനുഷ്യരെ സേവിക്കാം -കുറ്റിച്ചൂലമ്മായി മൺവെട്ടിയമ്മാവനെ ആശ്വസിപ്പിച്ചു.

കുഴികുഴിച്ചവൻ കുഴിയിൽ

ഒരിടത്ത് ഒരിടത്ത് കിങ്ങിണി എന്നുപേരുള്ള ഒരു കുഞ്ഞിക്കോഴിയുണ്ടായിരുന്നു. അവൾക്ക് എന്തെന്നില്ലാത്ത ഒരാഗ്രഹം! എന്താണെന്നൊ? ഈ ലോകം മുഴുവൻ ഒന്നു ചുറ്റിക്കാണണം.

ഒരു ദിവസം കിങ്ങിണിക്കോഴി ലോകം ചുറ്റാൻ പുറപ്പെട്ടു. എന്തു പറയാൻ! വഴിതെറ്റി അവൾ ഒരു കൊടുങ്കാടിന്റെ നടുവിലാണ് എത്തിച്ചേർന്നത്. പുറത്തുകടക്കാൻ വഴികാണാതെ അവൾ കാട്ടിനുള്ളിൽ വട്ടം ചുറ്റാൻ തുടങ്ങി.

തുടുതുടുത്ത ഒരു കുഞ്ഞിക്കോഴി കാട്ടിനുള്ളിൽ വട്ടം ചുറ്റുന്നത് ആർത്തിക്കാരൻ സൂത്രൻ കുറുക്കൻ കണ്ടു. അവന്റെ വായിൽ വെള്ളമൂറി! കുറുക്കന്റെ നോട്ടം കണ്ടപ്പോൾത്തന്നെ കിങ്ങിണിക്കോഴി പേടിച്ച് തൊട്ടടുത്തുള്ള കുറ്റിക്കാട്ടിൽ ഒളിച്ചു.

ഭേഷ്! നല്ല ഐശ്വര്യമുള്ള ഒരു കുഞ്ഞിക്കോഴി: ഓടിച്ചിട്ടാൽ അത് മരത്തിനുമേലെ ചാടിക്കയറി രക്ഷപ്പെടും. അതുകൊണ്ട് വേറെ എന്തെങ്കിലും സൂത്രം ഒപ്പിച്ച് അതിനെ പിടികൂടണം -സൂത്രൻ കുറുക്കൻ വിചാരിച്ചു.

കുഞ്ഞിക്കോഴിയെ വീഴിക്കാനായി അവൻ കുറ്റിക്കാടിന്റെ തൊട്ടുമുന്നിലായി ആഴത്തിൽ ഒരു കുഴികുഴിച്ചു. എന്നിട്ട് ഒരു വാഴയില കൊണ്ടുന്ന് കുഴിമൂടി. അതിന്റെ മുകളിൽ പുല്ലും ഇലകളും നിരത്തിവച്ചു. ഇറങ്ങിവരുമ്പോൾ കുഞ്ഞിക്കോഴി കൃത്യമായി കുഴിയിൽ വീണുകൊള്ളും. അപ്പോൾ ഓടിച്ചെന്ന് പിടിക്കാം - സൂത്രൻ മനസ്സിൽ കണക്കുകൂട്ടി.

കിങ്ങിണിക്കോഴി വീഴുന്നതും കാത്ത് സൂത്രൻ കുറുക്കൻ തൊട്ടടുത്തുള്ള ഒരു മരപ്പൊത്തിൽ കയറി മറഞ്ഞിരുന്നു.

കുറുക്കൻ കുഴികുഴിക്കുന്നതും കുഴിയുടെ മീതെ വാഴയില വച്ച

തുമെല്ലാം തൊട്ടടുത്തു താമസിക്കുന്ന കീരനണ്ണാൻ കണ്ടിരുന്നു. കിങ്ങിണിക്കോഴി ഇറങ്ങിവന്നപ്പോൾ കീരനണ്ണാൻ പറഞ്ഞു:

എടീ കിങ്ങിണി, നിന്നെ വീഴ്ത്താൻ സൂത്രൻ കുറുക്കൻ കുറ്റിക്കാട്ടിന്റെ മുന്നിൽ ഒരു കുഴികുഴിച്ചിട്ടുണ്ട്. വാഴയിലെ കൊണ്ട് അതുമൂടിയിരിക്കുകയാണ്. നീ വാഴയിലയുടെ തണ്ടിൽ ചവിട്ടി അപ്പുറം കടക്കണം. അല്ലെങ്കിൽ ആപാത്താണ്.

കീരനണ്ണാൻ പറഞ്ഞതനുസരിച്ച് കിങ്ങിണിക്കോഴി ഇലയുടെ തണ്ടിൽ പയ്യെപ്പയ്യെ കാലുവച്ച് കുഴിയിൽ വീഴാതെ അപ്പുറം കടന്നു.

കിങ്ങിണി രക്ഷപ്പെടുമെന്നു മനസ്സിലാക്കിയ സൂത്രൻകുറുക്കൻ സർവ്വതും മറന്ന് കോഴിയുടെ പിന്നാലെ ഒരൊറ്റഓട്ടം!

ഓട്ടത്തിനിടയിൽ കുഴിയുടെ കാര്യം സൂത്രൻ മറന്നുപോയിരുന്നു. എന്തുചെയ്യാം! അവൻ കുഴിയിലേക്ക് പ്ധും! എന്നൊരു വീഴ്ച!

അയ്യോ!...എന്റെ കാലൊടിഞ്ഞേ! കാലൊടിഞ്ഞേ!... സൂത്രൻ കുറുക്കൻ കുഴിയിൽ കിടന്ന് ഉച്ചത്തിൽ നിലവിളിക്കാൻ തുടങ്ങി. പലവട്ടം ചാടിയിട്ടും അവന് പുറുത്തേക്ക് കടക്കാൻ കഴിഞ്ഞില്ല.

ഇതിനിടയിൽ കിങ്ങിണിക്കോഴി ജീവനുംകൊണ്ട് അവിടെനിന്നും പമ്പകടന്നിരുന്നു. കുറുക്കന്റെ ഉറക്കെയുള്ള കരച്ചിൽ കേട്ട് കീരനണ്ണാൻ ഉച്ചത്തിൽ കൈകൊട്ടിച്ചിരിച്ചു: ഹായ് ഹായ്! കുഴികുഴിച്ചവൻ കുഴിയിൽ!

ഒരു ചാൺ രാജകുമാരിയും മാന്ത്രികത്തിരികല്ലും

വിഡ്ഢിമാർത്താണ്ഡനും ബുദ്ധിമാർത്താണ്ഡനും സഹോദരന്മാരായിരുന്നു. എങ്കിലും വിഡ്ഢിമാർത്താണ്ഡൻ പണക്കാരനും ബുദ്ധിമാർത്താണ്ഡൻ പാവപ്പെട്ടവനും ആയിരുന്നു.

വിഡ്ഢിമാർത്താണ്ഡൻ മാളികവീട്ടിലും ബുദ്ധിമാർത്താണ്ഡൻ മാടപ്പുരയിലുമാണ് പാർത്തിരുന്നത്.

ഒരിക്കൽ അവരുടെ ഗ്രാമത്തിൽ പൂരം വന്നു. പൂരക്കാലത്ത് ധാരാളം വിരുന്നുകാർ ഓരോ വീട്ടിലും വരും. പണിയില്ലാത്തതുകൊണ്ട് കുറേ ദിവസമായി ബുദ്ധിമാർത്താണ്ഡന്റെ വീട്ടിൽ പട്ടിണിയായിരുന്നു.

പൂരത്തിന്റെ തലേദിവസം ബുദ്ധിമാർത്താണ്ഡൻ ഒരു വട്ടിയുമായി വിഡ്ഢിമാർത്താണ്ഡന്റെ വീട്ടിൽച്ചെന്ന് രണ്ടിടങ്ങഴി നെല്ല് കടം ചോദിച്ചു. പത്തായം നിറയെ നെല്ലുണ്ടായിട്ടും ഒരു മണിപോലും കൊടുക്കാതെ അയാൾ തന്റെ അനുജനെ ആട്ടിപ്പറഞ്ഞയച്ചു.

ബുദ്ധിമാർത്താണ്ഡൻ നിറഞ്ഞ കണ്ണുകളോടെ അവിടെനിന്നും മടങ്ങി. അപ്പോൾ എടുത്താൽ പൊങ്ങാത്ത വിറകുകെട്ടും ചുമന്ന് ഒരു സന്ന്യാസിയപ്പൂപ്പൻ വിയർത്തൊലിച്ച് അതുവഴി വന്നു. അതു കണ്ടപ്പോൾ ബുദ്ധിമാർത്താണ്ഡന് വലിയ സഹതാപം തോന്നി. അവൻ പറഞ്ഞു:

അയ്യോ! പാവം മുത്തച്ഛാ
വല്ലാതങ്ങു തളർന്നല്ലോ
ഞാനീ വിറകു ചുമന്നുതരാം
വേണ്ട സഹായം ചെയ്തുതരാം.

ബുദ്ധിമാർത്താണ്ഡൻ സന്ന്യാസിയപ്പൂപ്പന്റെ തലയിലിരുന്ന വലിയ വിറകുകെട്ട് നിർബന്ധപൂർവ്വം വാങ്ങി സ്വന്തം തലയിലേറ്റി അദ്ദേഹത്തോടൊപ്പം നടന്നു.

കുറേദൂരം നടന്ന് അവർ അരിങ്ങോടൻ മലയുടെ താഴ്വരയിലുള്ള സന്ന്യാസിയപ്പൂപ്പന്റെ ആശ്രമത്തിൽ എത്തിയപ്പോൾ ബുദ്ധിമാർത്താണ്ഡൻ വിറകുകെട്ട് താഴെ ഇറക്കിവെച്ചു.

സന്ന്യാസിയപ്പൂപ്പന് ബുദ്ധിമാർത്താണ്ഡനോട് വലിയ സ്നേഹവും മതിപ്പും തോന്നി. അദ്ദേഹം പറഞ്ഞു:

ഉണ്ണീ ഉണ്ണീ പൊന്നുണ്ണീ
നിനക്കു ഞാനൊരു പൂവുതരാം
നന്മണമുള്ളൊരു പൂവാണേ
നന്മവരുത്തും പൂവാണേ!

അദ്ദേഹം ആശ്രമക്കുളത്തിന്റെ നടുവിൽ വിരിഞ്ഞുനിന്ന അതീവ സുഗന്ധമുള്ള ഒരു പൂവ് പറിച്ചെടുത്ത് ബുദ്ധിമാർത്താണ്ഡന് സമ്മാനിച്ചു. എന്നിട്ട് പറഞ്ഞു:

നീ ഈ പൂവുമായി കുറിഞ്ഞിമലയിലെ സ്വർണഗുഹയിൽ ചെല്ലണം. അവിടെയാണ് ഒരുചാൺ മനുഷ്യർ താമസിക്കുന്നത്. അവിടത്തെ രാജകുമാരിക്ക് ഏറ്റവും ഇഷ്ടപ്പെട്ട പൂവാണിത്. ഇതിനുപകരമായി എന്തുചോദിച്ചാലും രാജകുമാരി തരും. പക്ഷേ, പണമോ സ്വർണമോ എത്രതന്നെ തന്നാലും നീ വാങ്ങരുത്.

പിന്നെ എന്തുചെയ്യണം? ബുദ്ധിമാർത്താണ്ഡൻ ചോദിച്ചു.

ഇതിനുപകരമായി നീ ഒരു മാന്ത്രികത്തിരികല്ല് ചോദിക്കണം. അത് കിട്ടിയാൽ നിന്റെ എല്ലാ പ്രയാസങ്ങളും തീരും.

സന്ന്യാസിയപ്പൂപ്പൻ പറഞ്ഞതനുസരിച്ച് ബുദ്ധിമാർത്താണ്ഡൻ പൂവുമായി അപ്പോൾത്തന്നെ കുറിഞ്ഞിമലയിലെ സ്വർണഗുഹയിലെത്തി.

പൂവിന്റെ സുഗന്ധം മനസ്സിലാക്കി ഒരുചാൺ രാജകുമാരി കൊട്ടാരത്തിനു പുറത്തുവന്നു. അവർ പൂവിന്റെ വില ചോദിച്ചു. അപ്പോൾ ബുദ്ധിമാർത്താണ്ഡൻ പറഞ്ഞു:

പൊന്നോ പണമോ തന്നെന്നാൽ
കിട്ടുകയില്ലീ പൊൻപൂവ്
തിരികല്ലൊന്നു തരാമെങ്കിൽ
തന്നീടാമീ പൊൻപൂവ്!

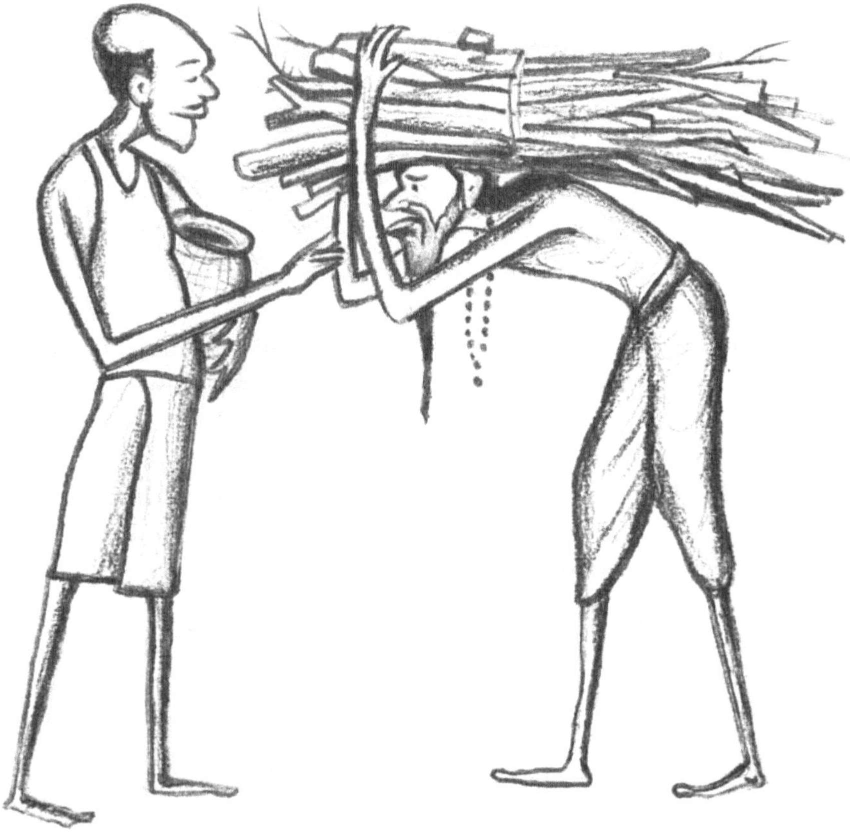

ഇതുകേട്ട് ഒരു ചാൺ രാജകുമാരി അവിടെ സൂക്ഷിച്ചിരുന്ന മാന്ത്രികത്തിരികല്ലിൽ ഒരെണ്ണം കൊടുത്ത് ബുദ്ധിമാർത്താണ്ഡന്റെ കൈയിൽനിന്ന് പൊൻപൂവ് വാങ്ങിയെടുത്തു. എന്നിട്ടുപറഞ്ഞു:

പൂക്കാരാ, പൂക്കാരാ... ഈ തിരികല്ല് നീ നല്ലതിനു മാത്രമേ ഉപയോഗിക്കാവൂ. ഇതിന്റെ പിടിയിൽ പിടിച്ച് വലത്തോട്ടു തിരിച്ച് എന്താവശ്യപ്പെട്ടാലും ഇതിനകത്തുനിന്ന് ആവശ്യപ്പെട്ട വസ്തുക്കൾ തുരുതുരാ വന്നുകൊണ്ടിരിക്കും. വരവ് നിറുത്തണമെങ്കിൽ ഇട ത്തോട്ടു തിരിക്കണം.

ബുദ്ധിമാർത്താണ്ഡൻ അന്നുതന്നെ മാന്ത്രികത്തിരികല്ലുമായി തന്റെ ഗ്രാമത്തിലെത്തി. അപ്പോഴവിടെ പൂരത്തിന്റെ കൊട്ടും കുഴലും തിക്കും തിരക്കും ബഹളവുമായിരുന്നു. പക്ഷേ, അതുകൊണ്ടന്ത്? ബുദ്ധിമാർത്താണ്ഡന്റെ ഭാര്യയും കുട്ടികളും ആ നല്ല ദിവസ ത്തിലും പട്ടിണിയായിരുന്നു.

വീട്ടിലെത്തിയ ഉടനെ ബുദ്ധിമാർത്താണ്ഡൻ ഒരു പായ നി വർത്തിയിട്ടു. എന്നിട്ട് മാന്ത്രികത്തിരികല്ല് അതിന്മേൽ വെച്ചു. മക്ക ളെയും ഭാര്യയേയും വിളിച്ച് ചുറ്റിലുമിരുത്തി. പിന്നെ തിരികല്ലിന്റെ പിടി വലത്തോട്ടു തിരുച്ചുകൊണ്ട് അയാൾ പറഞ്ഞു:

ചോറും കറിയും സാമ്പാറും
മുറപോൽ വന്നു നിരക്കട്ടെ
പാൽപ്പായസവും പപ്പടവും
പഴവും വന്ന് നിരക്കട്ടെ.

പെട്ടെന്ന് അവരുടെ മുന്നിൽ ചൂടുപറക്കുന്ന ചോറും കറികളും സാമ്പാറും പപ്പടം പഴം പായസവും വന്നുനിരന്നു. ബുദ്ധിമാർത്താ ണ്ഡനും ഭാര്യം കുട്ടികളും മൂക്കുമുട്ടെ തിന്നു. അയൽക്കാരും വഴി പോക്കരും വയറുനിറയെ തട്ടി. എല്ലാവരും മതിവരുവോളം കഴിച്ച തിനുശേഷമാണ് തിരികല്ലിന്റെ പിടി ഇടത്തോട്ട് തിരിച്ച് വിഭവങ്ങ ളുടെ വരവ് നിറുത്തിയത്.

പിന്നീട് ബുദ്ധിമാർത്താണ്ഡൻ തിരികല്ലിന്റെ സഹായത്തോടെ കുട്ടികൾക്കും ഭാര്യക്കും പട്ടുവസ്ത്രങ്ങളും ആഭരണങ്ങളുമെല്ലാം ഉണ്ടാക്കിക്കൊടുത്തു.

ആർത്തിക്കാരനും അസൂയാലുവുമായ ചേട്ടൻ വിഡ്ഢിമാർത്താ ണ്ഡൻ ഈ വാർത്തയെല്ലാം അന്നുതന്നെ അറിഞ്ഞു. അയാൾ

അനുജന്റെ വീട്ടിലെത്തി ഒളിച്ചിരുന്ന് തിരികല്ലിന്റെ മാന്ത്രികവിദ്യ മനസ്സിലാക്കിയെടുത്തു.

ഈ തിരികല്ല് തട്ടിയെടുത്ത് നാടുവിട്ടാൽ ഇഷ്ടംപോലെ പൊന്നും പണവും രത്നവുമെല്ലാം കുന്നുകൂട്ടാമെന്ന് അയാൾ സ്വപ്നംകണ്ടു. കടലിലുള്ള ലക്ഷദ്വീപുകളിൽ എവിടെയെങ്കിലും പോയൊളിച്ചാൽ ബുദ്ധിമാർത്താണ്ഡൻ തന്നെ കണ്ടുപിടിക്കില്ലെന്നും അയാൾ ഉറപ്പിച്ചു.

അന്നുരാത്രി വിഡ്ഢിമാർത്താണ്ഡൻ ഭക്ഷണം പാകംചെയ്യാനുള്ള പാത്രങ്ങളും കട്ടിലും കിടക്കയുമെല്ലാം ഒരു വലിയ പത്തേമാരിയിൽ കയറ്റി. എന്നിട്ട് അനുജന്റെ വീടിനു സമീപം വന്നടുത്തു. അനുജനും കുടുംബവും ഉറക്കമായെന്നു കണ്ടപ്പോൾ അയാൾ മാന്ത്രികത്തിരികല്ല് തട്ടിയെടുത്ത് പത്തേമാരിയിൽ വെച്ചു.

വിഡ്ഢിമാർത്താണ്ഡൻ സന്തോഷത്തോടെ ആർപ്പുവിളിയുമായി കടലിലൂടെ ലക്ഷദ്വീപിലേക്കു യാത്രയായി. അയാൾ ഭക്ഷണം പാകം ചെയ്യാൻ തുടങ്ങി. അപ്പോഴാണ് ഉപ്പെടുത്തുവയ്ക്കാൻ മറന്നുപോയ കാര്യം ഓർത്തത്.

പെട്ടെന്ന് തിരികല്ല് വലത്തോട്ടു തരിച്ച് ഉപ്പുവരട്ടെ എന്നു പറഞ്ഞു. തിരികല്ലിനകത്തുനിന്ന് തുരുതുരാന്ന് ഉപ്പുവരാൻ തുടങ്ങി. എന്നിട്ടും ഉപ്പ് പെരുകിക്കൊണ്ടിരുന്നു. പക്ഷേ, നിറുത്തേണ്ടത് എങ്ങനെയാണെന്നു മാത്രം വിഡ്ഢിമാർത്താണ്ഡൻ മനസ്സിലാക്കിയിരുന്നില്ല.

താങ്ങാനാവാത്ത ഉപ്പിന്റെ ഭാരംകൊണ്ട് വിഡ്ഢിമാർത്താണ്ഡന്റെ പത്തേമാരി കടലിന്റെ നടുവിൽ മുങ്ങി. വിഡ്ഢിമാർത്താണ്ഡനും തിരികല്ലും വെള്ളത്തിന്റെ അടിത്തട്ടിലേക്കു താണു..... താണുപോയി.

കടലിനടിയിൽ താണിട്ടും ഉപ്പുവരവ് നിന്നില്ല. അവിടെക്കിടന്നും തിരികല്ല് നിൽക്കാതെ തിരിഞ്ഞു. അങ്ങനെയാണ് കടൽവെള്ളത്തിന് ഉപ്പുരസം ഉണ്ടായത്. ഇന്നും ആ തിരികല്ല് കടലിനടിയിൽക്കിടന്ന് തിരിയുകയാണ്. തിരിച്ചിൽ നിൽക്കാത്തിടത്തോളം കാലം കടൽവെള്ളത്തിന്റെ ഉപ്പ് മാറുകയില്ല.

ഡംഭൻ പൂങ്കോഴിയുടെ അഹംഭാവം

തങ്കശ്ശേരിയിൽ പണ്ടൊരു ഡംഭൻ പൂങ്കോഴിയുണ്ടായിരുന്നു. പക്ഷികളിൽ ഏറ്റവും സുന്ദരനും കെങ്കേമനും താനാണെന്നായിരുന്നു അവന്റെ ഭാവം.

ചെമ്പരുന്തിനെപ്പോലെ നീലാകാശത്ത് വട്ടമിട്ടുപറക്കണമെന്ന് ഡംഭൻ പലപ്പോഴും മോഹിച്ചു.

ഒരിക്കൽ ആരും കാണാതെ അവൻ അത്തരത്തിൽ ഒന്നുപറന്നുനോക്കിയതതാണ്. പക്ഷേ എന്തുപറയാൻ? വെളുക്കാൻ തേച്ചത് പാണ്ടായി എന്നുപറയുമ്പോലെ അക്കാര്യം നാട്ടിൽ മുഴുവൻ പാട്ടായി. എങ്ങനെയാണെന്നല്ലേ?

കോഴിശ്ശേരി മൈതാനത്തിന്റെ നടുവിലുള്ള മുത്തശ്ശി പ്ലാവിന്റെ മുകളിൽ ഒരു ദിവസം ഡംഭൻ പൂങ്കോഴി ചാടിക്കയറി. അവിടെനിന്ന് ആകാശത്തേക്ക് ആഞ്ഞുപറക്കാമെന്നായിരുന്നു അവന്റെ കണക്കുകൂട്ടൽ

പ്ലാവിന്റെ തുഞ്ചാനത്ത് ഇരുന്നുകൊണ്ട് ഡംഭൻ ദിക്കെട്ടും പൊട്ടുമാറുച്ചത്തിൽ കൊക്കരക്കോ!...കോ!.... എന്ന് നീട്ടിക്കൂവി. എന്നിട്ട് ചിറകുവിരുത്തി ആകാശത്തേക്ക് ഒറ്റപ്പറക്കൽ!

ചെമ്പരുന്തിനെ തോൽപ്പിക്കാനായിരുന്ന ഡംഭന്റെ ശ്രമം. പക്ഷേ എന്തുപറ്റി? തലയും കുത്തി അവൻ തൊട്ടടുത്ത വീട്ടുവളപ്പിലെ ആഴമുള്ള ഒരു ചാണകക്കുഴിയിൽ ചെന്നുവീണു! പ്ലും!

ഡംഭന്റെ സ്വർണ്ണനിറമുള്ള ദേഹം മുഴുവൻ ചീഞ്ഞളിഞ്ഞ ചാണകത്തിൽ മുങ്ങി! ഹൊ! അലങ്കോലമായി.

ഈ വിവരമറിഞ്ഞ് പക്ഷികളായ പക്ഷികളെല്ലാം അവിടെ പറന്നെത്തി. കുറേപ്പേർ ഉച്ചത്തിൽകൂവി അവനെ പരിഹസിച്ചു:

ഹയ്യയ്യോ!.... ഡംഭൻ ചാണകക്കുഴിയിൽ വീണേ!...
ഡംഭന്റെ ഡംഭ് പൊളിഞ്ഞേ!...... പൂയ്!.....

-ഇതുകേട്ട് ദേഷ്യം മൂത്ത ഡംഭൻ ഒന്നുരണ്ട് താറാക്കുട്ടികളേയും കുളക്കോഴികളേയും കൊത്തിക്കൊന്നു. മറ്റു ചില പക്ഷികളെ കൊത്തിപരിക്കേൽപ്പിച്ചു. അവൻ ഉറക്കെ അലറി :

എന്നെ പരിഹസിക്കാൻ ആരും നോക്കേണ്ട. കൊത്തിക്കൊന്ന് ഞാൻ ചോരകുടിക്കും!

ഡംഭന്റെ പറച്ചിൽകേട്ട് പക്ഷികൾ പേടിച്ചുവിറച്ച് അവിടെയും ഇവിടെയും ഓടിയൊളിച്ചു.

ഇതെല്ലാം കണ്ടും കേട്ടും തമ്പകവനത്തിലെ ചെമ്പൻ കഴുകൻ അവിടെ പാറിപ്പറന്ന് നടക്കുന്നുണ്ടായിരുന്നു. മെല്ലെ താഴോട്ടിറങ്ങി വന്നിട്ട് അവൻ ഡംഭന്റെ കാതിൽ സ്വകാര്യമായി പറഞ്ഞു:

എന്റെ പൊന്നുചങ്ങാതീ, നീ ഒട്ടും സങ്കടപ്പെടേണ്ട. ആകാശത്ത് പാറിപ്പറക്കാൻ നിന്നെ ഞാൻ സഹായിക്കാം. സൂര്യദേവന്റെ വീട്ടുമുറ്റംവരെ നിന്നെ ഞാൻ കൊണ്ടുപോകാം.

ഇതുകേട്ടപ്പോൾ ഡംഭൻ പൂങ്കോഴി സന്തോഷംകൊണ്ട് തുള്ളിച്ചാടി.

എങ്കിൽ നമുക്കിപ്പോൾത്തന്നെ പുറപ്പെടാം - ഡംഭൻ തിടുക്കംകൂട്ടി.

ശരി. നീയെന്റെ പുറത്തുകേറിയിരുന്നോളൂ -ചെമ്പൻകഴുകൻ ക്ഷണിച്ചു. ഡംഭൻ അപ്പോൾത്തന്നെ കഴുകന്റെ പുറത്ത് ചാടിക്കയറി. കഴുകൻ പറഞ്ഞു :

ഉയർന്നു പൊങ്ങുമ്പോൾ നീ ഒട്ടും പേടിക്കേണ്ട. എന്റെ പുറത്ത് കണ്ണും പൂട്ടിയിരുന്നാൽ മതി. സൂര്യദേവന്റെ വീട്ടുമുറ്റത്തെത്തുമ്പോൾ ഞാൻ നിന്നെ വിളിച്ചുണർത്താം. അപ്പോൾ കണ്ണുതുറന്നാൽ മതി. എന്താ അതുപോരേ?

അതുമതി, അതുമതി - ഡംഭൻ സമ്മതിച്ചു.

പറഞ്ഞതുപോലെ കണ്ണുകൾ ഇറുക്കിയടച്ച് ഡംഭൻ പൂങ്കോഴി കഴുകന്റെ പുറത്ത് കൂനിപ്പിടിച്ചിരുന്നു. വളരെ ദൂരം സഞ്ചരിച്ച് നട്ടുച്ച നേരത്ത് കഴുകൻ ഒരു ഘോരവനത്തിലെത്തി.

ങ്ഹാ, ഇനി നീ കണ്ണുതുറന്നോളൂ. നമ്മളിപ്പോൾ സൂര്യദേവന്റെ വീട്ടുമുറ്റത്തെത്തി - ചെമ്പൻ കഴുകൻ അറിയിച്ചു. ഡംഭൻ പൂങ്കോഴി സന്തോഷത്തോടെ കണ്ണുതുറന്നു. അപ്പോൾകണ്ടതോ? ഒരു കൂട്ടം

കഴുകൻകുഞ്ഞുങ്ങൾ കൊക്കുപിളർത്തിക്കൊണ്ട് ആർത്തിയോടെ തന്റെ നേർക്ക് പാഞ്ഞുവരുന്നു! അവൻ പേടിച്ചുവിറച്ചു. പക്ഷേ എന്തുചെയ്യാം?

ചെമ്പൻകഴുകനും മക്കളും കൂടി ഇത്തിരിനേരം കൊണ്ട് ഡംഭനെ മാന്തിക്കീറി നല്ല രുചിയോടെ കൊത്തിക്കൊത്തി വിഴുങ്ങി:

ഡംഭും വമ്പും കൂടിയാൻ നാശം മാത്രമാണ് ഫലം!

വാഴക്കുട്ടനും സന്ന്യാസിയപ്പൂപ്പനും

മുത്താരംകുന്നിൽ പണ്ട് വലുതും ചെറുതുമായ കുറേമരങ്ങൾ വളർന്നുനിന്നിരുന്നു. അക്കൂട്ടത്തിൽ തേക്കും ഈട്ടിയും ചന്ദനമരവും തമ്പകവും മരുതും പേരയും ചാമ്പയും വാഴയുമെല്ലാം ഉണ്ടായിരുന്നു.

ഒരിക്കൽ അവിടത്തെ മരങ്ങൾ ഒരു ആലോചനായോഗം നടത്തി. കാട്ടിലെ ഏറ്റവും പ്രായം ചെന്ന ഒരു തേക്കുമുത്തച്ഛനായിരുന്നു അധ്യക്ഷൻ. മുത്തച്ഛൻ പറഞ്ഞു: മരമക്കളേ, എത്രനാളായി നമ്മളിങ്ങനെ തടിയന്മാരായി ജീവിക്കാൻ തുടങ്ങീട്ട്? എന്നിട്ടും നമുക്കൊരു രാജാവിനെ കണ്ടെത്താൻ ഇതുവരെ കഴിഞ്ഞില്ലല്ലോ.

ങ്ഹാ, അതുശരിയാണ്; അതുശരിയാണ് - ഈട്ടിക്കുട്ടൻ ചില്ലകൈകളാട്ടിക്കൊണ്ടു പറഞ്ഞു.

എങ്കിൽ നമുക്കും നല്ലൊരു രാജാവിനെ കണ്ടെത്താം -തമ്പകമരം അഭിപ്രായപ്പെട്ടു.

എങ്ങനെയാണ് രാജാവിനെ കണ്ടെത്തുക? ഇവിടെയുള്ള ഓരോ മരത്തിനും രാജാവാകണമെന്ന മോഹമുണ്ടല്ലോ - മരുതമ്മാവൻ സംശയം ഉന്നയിച്ചു.

മരുതമ്മാവൻ പറഞ്ഞത് ശരിയായിരുന്നു. രാജാവാകാൻ എല്ലാവർക്കും മോഹമുണ്ടായിരുന്നു. ഈട്ടിക്കുട്ടൻ പറഞ്ഞു:

എന്നെപ്പോലെ ഉറപ്പും ബലവുമുള്ളവേറെ ആരുണ്ട് ഈ കാട്ടിൽ? എന്നെയാണ് രാജാവാക്കേണ്ടത്.

അതുപറ്റില്ല; ഞാനാണ് ഇവിടത്തെ തടിമാടൻ! എനിക്ക് രാജാസ്ഥാനം കിട്ടണം - മഹാഗണി ആവശ്യപ്പെട്ടു.

എന്തുപറയാൻ? രാജാവാകാൻ തനിക്കാണ് യോഗ്യതയെന്ന് ഓരോ മരവും വാദിച്ചു. തർക്കം മൂത്ത് അടിപിടിയുടെ വക്കത്തെ

ത്തിയപ്പോൾ അദ്ധ്യക്ഷനായ തേക്കുമുത്തപ്പൻ ഇടപെട്ടു. അദ്ദേഹം പറഞ്ഞു:

നിങ്ങളിങ്ങനെ തല്ലുകൂടീട്ട് കാര്യമില്ല. രാജാവിനെ കണ്ടെത്താൻ ഞാനൊരു പോംവഴി നിർദ്ദേശിക്കാം.

എന്താ, എന്താ, കേൾക്കട്ടെ? -പേരമരം തലപൊക്കിനിന്നു.

ശരി; കേട്ടോളൂ. ലോകത്തിൽ ഏറ്റവും കൂടുതൽ ബുദ്ധിയും വിവേകവുമുള്ളത് മനുഷ്യനാണ്!

അതുകൊണ്ടെന്താ? - ചാമ്പമരം അന്വേഷിച്ചു.

അതുകൊണ്ട് മനുഷ്യർക്ക് ഏറ്റവും ഇഷ്ടപ്പെട്ടതും, അവർക്ക് കൂടുതൽ ഉപകാരം ചെയ്യുന്നതുമായ ഒരു മരത്തെ നമ്മുടെ രാജാവായിതെരഞ്ഞെടുക്കാം -തേക്കുമുത്തച്ഛൻ വിശദമാക്കി.

അതുനല്ലകാര്യംതന്നെ. പക്ഷേ അതാരാണെന്ന് നമ്മൾ എങ്ങനെ കണ്ടുപിടിക്കും? അതുവരെ മിണ്ടാതിരുന്ന ചന്ദനമരം ചോദിച്ചു.

മനുഷ്യൻ ഇവിടെ വരുമ്പോൾ ഏതുമരത്തിന്റെ അടുക്കലാണോ പോകുന്നത്, ആ മരമായിരിക്കും നമ്മുടെ രാജാവ്! അതു പോരെ? -തേക്കുമുത്തച്ഛൻ എല്ലാമരങ്ങളെയും നോക്കി.

അതുമതി; അതുമതി - എല്ലാമരങ്ങളും ഒരേസ്വരത്തിൽ സമ്മതിച്ചു. എങ്കിലും കുറേനാളത്തേയ്ക്ക് മുനഷ്യരാരും അവിടേയ്ക്ക് വന്നില്ല. മരങ്ങൾക്കെല്ലാം സങ്കടമായി.

അങ്ങനെയിരിക്കെ ഒരുദിവസം വിശന്നു വലഞ്ഞ ഒരു സന്ന്യാസിയപ്പൂപ്പൻ അതുവഴിവന്നു. അയാൾ ഓരോ മരത്തെയും മാറി മാറി നോക്കി. അപ്പോഴാണ് കുറച്ചകലെയായി പഴുത്തു തുടുത്ത കുലയുമായി ഒരു പൂവൻ വാഴ തലകുനിച്ചു നിൽക്കുന്നതു കണ്ടത്!

അതുകണ്ടപ്പോൾ സന്ന്യാസിയപ്പൂപ്പന്റെ വായിൽ വെള്ളം നിറഞ്ഞു. അദ്ദേഹം നടന്നുചെന്ന് വാഴക്കുലയിൽ നിന്ന് കുറേ പഴമുരിഞ്ഞ് വയറുനിറയെതിന്നു. വിശപ്പുമാറിയ സന്തോഷത്താൽ അദ്ദേഹം വാഴയെ അനുഗ്രഹിച്ചു!

ഈ രംഗങ്ങളെല്ലാം അവിടത്തെ എല്ലാമരങ്ങളും കാണുന്നുണ്ടായിരുന്നു. തേക്കുമുത്തപ്പൻ എല്ലാവരും കേൾക്കെ പറഞ്ഞു: ദാ, കണ്ടില്ലേ? മനുഷ്യന് ഇഷ്ടപ്പെട്ടത് പൊണ്ണന്മാരെയും വണ്ണന്മാരെയുമല്ല; നിറയെ പഴങ്ങളുമായി മനുഷ്യരെ മാടിവിളിക്കുന്ന വാഴ

ക്കുട്ടനെയാണ്. അതുകൊണ്ട് വാഴയാണ് നമ്മുടെ രാജാവ്!

എല്ലാ മരങ്ങളും അതു സമ്മതിച്ചു. അവർ ഒരേസ്വരത്തിൽ പറഞ്ഞു: വാഴ നമ്മുടെ രാജാവ് ! വാഴനമ്മുടെ നേതാവ്!.... ജയ ജയ് വാഴക്കുട്ടൻ!

ജിറാഫിന്റെ കഴുത്തിന് നീളം കൂടിയതെങ്ങനെ?

ജിറാഫിന്റെ കഴുത്തിന് എന്തൊരു നീളമാണല്ലേ? പക്ഷേ പണ്ടു കാലത്ത് ജിറാഫിന്റെ കഴുത്തിന് ഒട്ടും നീളമുണ്ടായിരുന്നില്ല. പിന്നെങ്ങനെ ഇത്രയ്ക്ക് നീണ്ട കഴുത്തുകിട്ടി? ങ്ഹാ, അതിനൊരു കഥയുണ്ട്; കേട്ടോളൂ:

താലവനത്തിൽ പണ്ടൊരു ജിഞ്ചക്കനാന പാർത്തിരുന്നു. കാട്ടിലെ പേരുകേട്ട പഴക്കച്ചവടക്കാരനായിരുന്നു അവൻ.

താലവനത്തിന്റെ നടുവിൽ ജിഞ്ചക്കനാനയ്ക്ക് വലിയൊരു പഴ ത്തോട്ടമുണ്ടായിരുന്നു. ഓറഞ്ചും ആപ്പിളും മൾബറിയും മുന്തിരിയും മാതളനാരങ്ങയുമെല്ലാം ധാരാളമായി അവിടെ വിളഞ്ഞിരുന്നു.

ജിഞ്ചക്കനാന എന്നും രാവിലെ പഴങ്ങളും പുറത്തുകയറ്റി കാട്ടു വഴിയിലൂടെ മെല്ലെ മുന്നോട്ടുനീങ്ങും : നീലു അണ്ണാനാണ് ആന പ്പുറത്തിരുന്ന് പഴങ്ങൾ വിറ്റിരുന്നത്. അവൻ ഉറക്കെ പാടും.

ആപ്പിൾ മുന്തിരി ഓറഞ്ചുണ്ടേ
വെക്കം വെക്കം വാങ്ങിക്കോ
മധുരം വഴിയും മൾബറിയുണ്ടേ
മാതളമുണ്ടേ വാങ്ങിക്കോ!

-നീലു അണ്ണാന്റെ വിളികേൾക്കേണ്ട താമസം, മൃഗങ്ങളെല്ലാം ഓടിവന്ന് പലതരം പഴങ്ങൾ വാങ്ങിക്കൊണ്ടുപോകും. എങ്കിലും ആപ്പിളിനോടായിരുന്നു അവർക്ക് കൂടുതൽ പ്രിയം.

ഇതിനിടയിലാണ് തോട്ടം സൂക്ഷിപ്പുകാരനായ ഗില്ലൻകരടി വേറെ ജോലികിട്ടി വിദേശത്തേക്കുപോയത്. അതിനുപകരം ഗുണ്ടൻ ജിറാഫിനെയാണ് ജിഞ്ചക്കനാന തോട്ടക്കാരനായി നിയമിച്ചത്. ജിഞ്ചക്കനാന അവനോടു പറഞ്ഞു:

കള്ളന്മാരോ, കൊള്ളക്കാരോ
പഴങ്ങൾ കട്ടുമുടിക്കാതെ,
തോട്ടം നന്നായ് സൂക്ഷിക്കേണം
നല്ലവനാകും ചങ്ങാതീ!

അക്കാര്യത്തിൽ ആനച്ചേട്ടൻ വിഷമിക്കേണ്ട. ഒറ്റ ഒരുത്തനെപ്പോലും ഞാൻ നമ്മുടെ തോട്ടത്തിനുള്ളിൽ കടത്തില്ല -ഗുണ്ടൻ ജിറാഫ് വാക്കുകൊടുത്തു.

നാളുകൾകടന്നുപോയി. തോട്ടത്തിലെ പഴങ്ങൾ ഓരോ ദിവസവും കുറഞ്ഞുവരുന്നതായി ജിഞ്ചക്കനാനയ്ക്കു തോന്നി. ഒരു ദിവസം ആനചോദിച്ചു:

പഴങ്ങളോരോ ദിവസംതോറും
കുറയുന്നല്ലോ ചങ്ങാതീ
കള്ളന്മാരു കടക്കുന്നുണ്ടോ
കള്ളക്കളികൾ വേറുണ്ടോ?

ഇല്ലില്ല; ഇവിടെ കള്ളന്മാരൊന്നും വരാൻ വഴിയില്ല. പഴങ്ങൾ കുറയുന്നെന്ന് ആനച്ചേട്ടന് വെറുതേ തോന്നുന്നതാണ് -ഗുണ്ടൻ ജിറാഫ് പറഞ്ഞു.

ഒരു ദിവസം ജിഞ്ചക്കനാനയും നീലുഅണ്ണാനുംകൂടി പതിവുപോലെ പഴക്കച്ചവടത്തിനു പുറപ്പെട്ടു. എങ്കിലും അവർ പോയില്ല. തോട്ടത്തിലെ കള്ളക്കളികണ്ടുപിടിക്കാനായി അവർ രണ്ടുപേരും തൊട്ടടുത്ത കാട്ടുപൊന്തയിൽ ഒളിച്ചിരുന്നു.

ജിഞ്ചക്കനാന കച്ചവടത്തിനുപോയെന്നു കരുതി ഗുണ്ടൻജിറാഫ് തോട്ടത്തിലേക്കിറങ്ങി. എന്നിട്ടോ? തോട്ടത്തിൽ വിളഞ്ഞുകിടന്ന ആപ്പിളും മുന്തിരിയുമൊക്കെ കപ്പം കപ്പം തിന്നാൻ തുടങ്ങി.

അമ്പടാ! ഈ കള്ളൻജിറാഫ് ഇത്രയുംകാലം തന്നെ ചതിക്കുകയായിരുന്നു. ഇവനെ വെറുതെ വിട്ടാൽ പറ്റില്ല - ജിഞ്ചക്കനാന അവിടേയ്ക്ക് പാഞ്ഞുചെന്നു.

ചക്കരവാക്കു പറഞ്ഞിട്ടെന്നുടെ
പഴങ്ങൾ തിന്നുമുടിച്ചവനേ,
ചതിയാ കൊതിയാ കള്ളച്ചാരേ
ഇല്ല; വിടില്ലാ ഞാൻ നിന്നെ!

-ജിഞ്ചക്കനാന ദേഷ്യത്തോടെ തുമ്പിക്കൈ നീട്ടി ജിറാഫിന്റെ

കഴുത്തിൽ പിടികൂടി!

അയ്യോ ചേട്ടാ, വിട് വിട്!.... കഴുത്തിലെ പിടിവിട് !.. -ഗുണ്ടൻ ജിറാഫ് ആഞ്ഞുവലിച്ചു.

പക്ഷേ ആനപിടിവിടുമോ? അവൻ പിന്നെയും പിന്നെയും പിടി മുറുക്കി. എന്തുപറയാൻ! ആനയുടെ ശക്തമായവലിയിൽ ജിറാഫിന്റെ കുറിയകഴുത്ത് വല്ലാതെ നീണ്ടുപോയി!

കുറുതാകില്ലെട വഞ്ചകവീരാ
നിന്റെ കഴുത്തിനിയൊരുനാളും
നീണ്ടുമെലിഞ്ഞ കഴുത്തും നീട്ടി-
ക്കാട്ടിലലഞ്ഞു നടന്നോളൂ!

- ജിഞ്ചക്കനാന അവനെ ശപിച്ചു. അന്നുമുതൽക്കാണത്രേ ജിറാഫിന്റെ കഴുത്തിന് ഇത്രമേൽ നീളമുണ്ടായത്.

കാശിയ്ക്കുപോയ ചങ്ങാതിമാർ

ശുനകപുരത്തെ ജിമ്പൻനായയും കനകപുരത്തെ ശുംഭൻകഴുതയും ഒരിക്കൽ കാശിയ്ക്കുപോകാൻ പുറപ്പെട്ടു. ഇടയ്ക്കിടെ തിന്നാനായി ശുംഭൻ കഴുത ഒരു ചാക്കുനിറയെ അരിയുണ്ടയുണ്ടാക്കി മുതുകിൽ വച്ചിരുന്നു. കുന്നും മലയും കുണ്ടും കുഴിയുമെല്ലാം കേറിയിറങ്ങി അവർ കുറേദൂരം പിന്നിട്ടു. നേരം നട്ടുച്ചയായപ്പോൾ നായയ്ക്കും കഴുതയ്ക്കും നല്ലവിശപ്പായി.

ശുംഭൻകഴുത വേഗം അവിടെ വളർന്നുനിന്നിരുന്ന കറുകപ്പുല്ല് ആർത്തിയോടെ തിന്നാൻ തുടങ്ങി. അതുകണ്ട് ജിമ്പൻനായ്ക്ക് വല്ലാത്ത കൊതിതോന്നി. പക്ഷേ എന്തുകാര്യം? നായയ്ക്ക് പുല്ലു തിന്നാനൊക്കുമൊ?

ജിമ്പൻനായ ശുംഭൻ കഴുതയോടു പറഞ്ഞു: എടോ ചങ്ങാതീ, നീ നല്ല ഭാഗ്യമുള്ളവനാണ്. നിനക്കു തിന്നാൻ ധാരാളം ഇളം പുല്ലുകിട്ടി; നിന്റെ വിശപ്പും മാറി. പക്ഷേ എനിക്കുതിന്നാൻ പറ്റിയ ഒന്നും ഈ കൊടുംകാട്ടിൽ കാണുന്നില്ല. ദയവുചെയ്ത് നിന്റെ ചാക്കിലുള്ള കുറച്ച് അരിയുണ്ട എനിക്കു താ

അയ്യയ്യേ!.... നിനക്കു നാണമില്ലേ? വാലും പൊക്കിപ്പിടിച്ച് കേമനാണെന്നു പറഞ്ഞ് നടന്നാൽപ്പോരാ. അന്തസ്സുവേണം അന്തസ്സ്! – ശുംഭൻ കഴുത നായുടെ നേരെ തട്ടിക്കയറി.

അങ്ങനെ പറയരുത്. വിശപ്പുകൊണ്ട് എന്റെ കണ്ണും തലയും ചുറ്റുന്നു. എന്നോട് അല്പം കനിവുകാണിക്കൂ -ജിമ്പൻ നായ വീണ്ടും അപേക്ഷിച്ചു.

ഇല്ലില്ല. ഇതിൽനിന്ന് ഒരൊറ്റ ഉണ്ടപോലും ഞാൻ തരില്ല. വിശക്കുന്നവൻ തന്നെത്താനേ ആഹാരം കണ്ടുപിടിക്കണം. അല്ലാതെ കണ്ടവരോട് തെണ്ടുകയല്ല വേണ്ടത് -ശുംഭൻ കഴുത നായയെ

ശകാരിച്ചു.

പെട്ടെന്നാണ് അകലെനിന്ന് ഒരു ശബ്ദം കേട്ടത്. എന്താണത്? രണ്ടുപേരും തലപൊക്കിനോക്കി. അതാ, ചോരനിറമുള്ള നാവും നീട്ടി തേറ്റപ്പല്ലും കാണിച്ച് ഒരു കൂറ്റൻ ചെന്നായ് പാഞ്ഞുവരുന്നു!

ശുംഭൻകഴുതയുടെ കാലുകൾ പേടികൊണ്ട് കുട്ടിയടിക്കാൻ തുടങ്ങി. അവൻ ജിമ്പനോട് പറഞ്ഞു: ചങ്ങാതീ, നമ്മൾ ഒന്നിച്ചു യാത്ര പുറപ്പെട്ടവരല്ലേ? ഒന്നെന്നെ രക്ഷിക്കൂ. ഇങ്ങോട്ടടുത്തു നിൽക്കൂ.

അതുകേട്ട് ജിമ്പൻനായയ്ക്ക് ചിരിവന്നു. അവൻ പറഞ്ഞു: ഒറ്റയ്ക്ക് ഭക്ഷണം കഴിച്ചവൻ ഒറ്റയ്ക്കു രക്ഷപ്പെട്ടാൽ മതി. അല്ലാതെ കണ്ടവരോട് യാചിക്കുകയല്ല വേണ്ടത് -ഇത്രയും പറഞ്ഞീട്ട് ജിമ്പൻനായ ഓടി കാട്ടിൽക്കയറി രക്ഷപ്പെട്ടു.

പിന്നാലെ വന്ന ചെന്നായച്ചൻ ഒറ്റച്ചാട്ടത്തിന് ശുംഭൻ കഴുതയെ അടിച്ചു വീഴ്ത്തി!

തമ്മിൽ തമ്മിൽ സ്നേഹവും സഹകരണവും ഇല്ലെങ്കിൽ ഒരാൾക്കും രക്ഷപ്പെടാൻ കഴിയില്ല.

നമ്പോലൻതവളയും കോങ്കണ്ണൻ കാക്കയും

നമ്പോലൻ തവള ആമ്പൽക്കുളത്തിന്റെ കരയിലിരുന്ന് കാറ്റു കൊള്ളുകയായിരുന്നു. അപ്പോഴാണ് വിശപ്പുമൂത്ത കോങ്കണ്ണൻ കാക്ക ആ വഴിയ്ക്കു പറന്നുവന്നത്.

കണ്ണിൽക്കണ്ട ജീവികളെയെല്ലാം കൊത്തിക്കൊന്ന് വിശപ്പട ക്കുന്ന ഒരു ദുഷ്ടനായിരുന്നു അവൻ.

ഹഹ്ഹ! ഇന്നത്തെകാര്യം കുശാലായി! തവളയെങ്കിൽ തവള!

കോങ്കണ്ണൻകാക്ക ഒറ്റക്കൊത്തിന് നമ്പോലൻ തവളയെ കൊക്കി ലൊതുക്കി. എന്നിട്ട് അവിടെ നിന്നും പറന്ന് കുറച്ചകലെയുള്ള ഒരു പനയോലക്കുടിലിന്റെ മുകളിൽ ചെന്നിരുന്നു.

തവളയെ കാലുകൊണ്ട് മുറുക്കിപ്പിടിച്ചിട്ട് കോങ്കണ്ണൻകാക്ക കൊത്താൻ കൊക്കുയർത്തി. അപ്പോൾ തവളക്കുട്ടൻ ഉറക്കെ ഒരൊ റ്റച്ചിരി! ഹഹ് ഹഹ്ഹ!

പെട്ടെന്നുള്ള പൊട്ടിച്ചിരികേട്ട് കോങ്കണ്ണൻകാക്ക ഒരു നിമിഷം അമ്പരന്നു! എന്താ നീ പൊട്ടിച്ചിരിച്ചത്? -അവൻ ദേഷ്യത്തോടെ ചോദിച്ചു.

അതു മനസ്സിലായില്ലേ? ആ കുടിലിനകത്ത് എന്റെ പുന്നാരമു ത്തച്ഛൻ പാർക്കുന്നുണ്ട്. വേഗം ഇവിടന്ന് പോയില്ലെങ്കിൽ മുത്ത ച്ഛൻ വടിയുമായി വന്ന് നിന്നെ അടിച്ചുകൊല്ലും.

അതുകേട്ട് കാക്കയ്ക്കുപേടിയായി അവൻ തവളയേയും കൊത്തി ക്കൊണ്ട് കോട്ടപ്പടിക്കലെ കിണറ്റുവക്കിലേക്ക് പറന്നുപോയി. മുതു കിൽ കൊത്താൻ തുടങ്ങിയപ്പോൾ നമ്പോലൻ തവള പറഞ്ഞു:

ചങ്ങാതീ, ഇവിടെ വലിയ കുഴപ്പമൊന്നും കാണുന്നില്ല. നീയെന്നെ നല്ല മനസ്സോടെ തിന്നോളൂ. എങ്കിലും ഒരു കാര്യം

ചെയ്താൽ നന്ന്.

ങും അതെന്താ? -കാക്ക അന്വേഷിച്ചു.

എന്റെ തോലിന് കട്ടി കൂടുതലാണ്. അതുകൊണ്ട് നീ പാറക്കല്ലിലുരച്ച് നിന്റെ കൊക്കിന് അൽപ്പം മൂർച്ച കൂട്ടിയിട്ടുവാ. അപ്പോൾ എളുപ്പത്തിൽ എന്നെ കൊത്തിത്തിന്നാനാവും. അതുവരെ ഞാൻ നിന്നെയും കാത്ത് ഇവിടെ ഇരുന്നോളാം.

ഇതുകേട്ടതോടെ തവളയെ കിണറ്റുവക്കത്തിരുത്തിയിട്ട് കോങ്കണ്ണൻകാക്ക കൊക്കിന് മൂർച്ച കൂട്ടാൻ കരിമ്പാറക്കുന്നിലേക്ക് പോയി.

ഈ തക്കത്തിന് നമ്പോലൻ തവളകിണറ്റിൽ ചാടിരക്ഷപ്പെട്ടു:

കോങ്കണ്ണൻ കാക്ക കൊക്കിനുമൂർച്ചകൂട്ടി തിടുക്കത്തിൽത്തന്നെ വന്നെത്തി. അവൾ കിണറ്റിലേക്കു നോക്കി. ആർത്തിയോടെ വിളിച്ചു.

ഞാനെന്റെ കൊക്കിനു മൂർച്ചകൂട്ടീ
ഓടിവാ ചാടിവാ മാക്രിയണ്ണാ

അതുകേട്ട് നമ്പോലൻ തവള പരിഹാസത്തോടെ പറഞ്ഞു:

ഇനിയെന്നെ കിട്ടില്ല കൊതിയനാരേ
കൊതിയും കൊണ്ടോടടാ ചതിയനാരേ!

കോങ്കണ്ണൻ കാക്ക നാണിച്ച് തലയും താഴ്ത്തി അവിടെനിന്നും പറന്നകന്നു. വേണ്ടപ്പോൾ ബുദ്ധിതോന്നിയതുകൊണ്ട് നമ്പോലൻ തവള സുന്ദരമായി രക്ഷപ്പെട്ടു.

ചങ്ങാതിയെ ചതിച്ചാൽ

കറുകവനത്തിൽ അയൽക്കാരായ രണ്ട് പുള്ളിമാനുകൾ പാർത്തിരുന്നു; നീലനും കോലനും. രണ്ടുപേരും ഒരുമിച്ചാണ് ദിവസവും തീറ്റതേടാൻ പോയിരുന്നത്.

ഒരിക്കൽ കറുകവനത്തിൽ വല്ലാത്ത വരൾച്ച വന്നു. പുല്ലും ഇലകളുമെല്ലാം കരിഞ്ഞുണങ്ങി. തീറ്റ കിട്ടാൻ വഴി കാണാതെ മൃഗങ്ങളെല്ലാം പലവഴിക്കും പരക്കം പാഞ്ഞു.

പതിവുപോലെ ഒരു ദിവസം നീലനും കോലനും തീറ്റതേടിയിറങ്ങി. പലയിടത്തും അലഞ്ഞു തിരിഞ്ഞിട്ടും ഒറ്റ പുൽക്കൊടി പോലും കണ്ടില്ല. തളർന്നു വിഷമിച്ച് മടങ്ങിപ്പോകുമ്പോൾ മീശക്കാരൻ കേശുഅണ്ണാൻ അവരെ കണ്ടുമുട്ടി.

എന്താ, രണ്ടു ചങ്ങാതിമാരും കൂടി വിഷമിച്ചു പോകുന്നുത്? എന്തുപറ്റി? -കേശുവണ്ണാൻ ചോദിച്ചു.

ഒന്നും പറയേണ്ട; ഇന്നു ഞങ്ങൾക്ക് തീറ്റയൊന്നും കിട്ടിയില്ല. വിശപ്പുകൊണ്ടു തളർന്ന് വീട്ടിലേക്ക് മടങ്ങുകയാണ്! - നീലപ്പുള്ളിമാൻ പറഞ്ഞു.

അയ്യോ! അങ്ങനെ മടങ്ങിപ്പോകേണ്ട; വേഗം കുറത്തിപ്പാറയുടെ അരികിലേക്ക് ചെന്നോളൂ. അവിടെ ധാരാളം കറുകപ്പുല്ലുണ്ട് -നല്ലവനായ കേശുവണ്ണാൻ ഉപദേശിച്ചു.

കേശുവണ്ണാൻ പറഞ്ഞതുകേട്ട് കോലൻ പുള്ളിമാന്റെ വായിൽ വെള്ളംനിറഞ്ഞു. കുറത്തിപ്പാറയുടെ അരികിലുള്ള പുല്ലുമുഴുവൻ ഒറ്റയ്ക്ക് തട്ടിത്തിന്നണമെന്ന് കോലൻ മോഹിച്ചു. അവൻ പറഞ്ഞു:

നീലാ, ഇന്നിപ്പോൾ നമുക്ക് കുറത്തിപ്പാറയ്ക്കരികിലേക്ക് പോകേണ്ട. നാളെ രാവിലെ പോകാം.

അപ്പോൾ ഇന്നത്തെ വിശപ്പിന് എന്തുചെയ്യും? - നീലൻ അന്വേഷിച്ചു.

ഇന്നു നമുക്ക് പട്ടിണികിടക്കാം

ശരി; നിന്റെ ഇഷ്ടം പോലെ ചെയ്യാം - നീലൻ സമ്മതിച്ചു.

അങ്ങനെ ചങ്ങാതിമാർ രണ്ടും അവരവരുടെ വീട്ടിലേക്കു മടങ്ങി. വീട്ടിലെത്തി കുറച്ചുകഴിഞ്ഞപ്പോൾ നീലന്റെ കണ്ണിൽപെടാതെ കോലൻ പാത്തും പതുങ്ങിയും കുറത്തിപ്പാറയ്ക്കടുത്തേക്ക് പാഞ്ഞു.

അവിടെ നല്ല കറുകപ്പുല്ല് ധാരാളം വളർന്നുനിന്നിരുന്നു. കോലൻ ആർത്തിയോടെ പുല്ല് തിന്നാൻ തുടങ്ങി. തിന്നുതിന്ന് മൂക്കറ്റമായിട്ടും കോലന് മതിയായില്ല. അന്തിമയങ്ങിയപ്പോഴാണ് അവൻ തീറ്റ നിറുത്തിയത്.

പിന്നെ കോലൻ പുള്ളിമാൻ ഒരൊറ്റ പാച്ചിലായിരുന്നു വീട്ടിലേക്ക്! എന്തുപറയാൻ! അവൻ ഓടിച്ചെന്ന് മലവേടൻ വിരിച്ചിട്ട വലയ്ക്കകത്ത് കുടുങ്ങി!

കോലൻ ഉറക്കെ കരയാൻ തുടങ്ങി. കരച്ചിൽ കേട്ട് കേശുവണ്ണാൻ അവിടേയ്ക്ക് പാഞ്ഞെത്തി. അപ്പോൾ കോലൻ വലയ്ക്കുള്ളിൽ കിടന്ന് പിടയ്ക്കുന്നതാണ് കണ്ടത്.

അയ്യട കോലാ!.... നിന്നെ രക്ഷിക്കാതെ നിന്റെ കൂട്ടുകാരൻ നീലൻ ഓടിപ്പോയ്ക്കളഞ്ഞോ? -കേശുവണ്ണാൻ ചോദിച്ചു.

അല്ലല്ല; ഞാൻ അവനെ പറ്റിച്ച് ഒറ്റയ്ക്ക് പുല്ലുതിന്നാൻ പോന്നതാണ്. അവൻ കൂടെ ഉണ്ടായിരുന്നെങ്കിൽ ഞാൻ ഈ വലയിൽ കുടുങ്ങുകയില്ലായിരുന്നു. - കോലൻ കണ്ണീരോടെ പറഞ്ഞു.

ഇനിയിപ്പോൾ നീ എങ്ങനെ രക്ഷപ്പെടും?

കേശുവണ്ണാൻ വേഗത്തിൽ ഓടിപ്പോയി നീലനെ വിവരമറിയക്കണം. അവൻ എന്തെങ്കിലും സൂത്രം പ്രയോഗിച്ച് എന്നെ രക്ഷിച്ചുകൊള്ളും - കോലൻ കേശുവണ്ണാനോട് അപേക്ഷിച്ചു.

കേശുവണ്ണാൻ നീലൻ പുള്ളിമാനിന്റെ വീട്ടിലെത്തി വിവരമറിയിച്ചു. തന്റെ ചങ്ങാതി വലയിൽ കുടുങ്ങിയെന്നറിഞ്ഞ് നീലൻ വല്ലാതെ സങ്കടപ്പെട്ടു. അവൻ മൊബൈൽഫോണിൽ വിളിച്ച് തന്റെ സഹായിയായ ചുക്കൻ ചുണ്ടെലിയെ അവിടേയ്ക്ക് വരുത്തി.

ചുണ്ടെലിയെ പുറത്തിരുത്തിക്കൊണ്ട് നീലൻ വേഗം കോലന്റെ അരികിലെത്തി. ചുക്കൻ ചുണ്ടെലി ചാടിയിറങ്ങി വലകടിച്ചുമുറിച്ച് കോലനെ രക്ഷപ്പെടുത്തി. നീലൻ തന്റെ ചങ്ങാതിയെ സ്നേഹത്തോടെ നക്കിത്തുടച്ച് ആശ്വാസിപ്പിച്ചു.

അവന്റെ സ്നേഹം കണ്ട് കോലന്റെ കണ്ണുകൾ നിറഞ്ഞൊഴുകി. അവൻ പറഞ്ഞു: നീലാ, നല്ല അയൽക്കാരനായ നിന്നെ ഞാൻ വഞ്ചിക്കാൻ നോക്കി. അതിന്റെ തിരിച്ചടിഎനിക്കുതന്നെ കിട്ടി. മേലിൽ ഞാൻ ഒരാളെയും വഞ്ചിക്കില്ല.

നീലനും കോലനും ചുണ്ടെലിയോട് നന്ദിപറഞ്ഞു. പിന്നെ അവർ നല്ല ചങ്ങാതിമാരായി വളരെക്കാലം കഴിഞ്ഞു.

കാക്കത്തിരുമേനിയുടെ അഹങ്കാരം

കിളിമംഗലത്തെ മഹാരാജാവായിരുന്നു അഴകൻ മയിൽ. സ്വന്ത മായി പാട്ടുപാടാനറിയില്ലെങ്കിലും നല്ലൊരു സംഗീത പ്രിയനായി രുന്നു അദ്ദേഹം.

പാട്ടുകാരായ പല പക്ഷികളെയും വിളിച്ചുവരുത്തി അദ്ദേഹം തന്റെ കൊട്ടാരത്തിൽ സംഗീത സദസ്സുകൾ സംഘടിപ്പിക്കാറുണ്ടാ യിരുന്നു.

അഴകൻ മയിലിന് തീരെ പ്രായമായി. കിളിമംഗലം ഭരിക്കാൻ പുതിയൊരു രാജാവിനെ വേണം. ഏറ്റവും നന്നായി പാട്ടുപാടുന്ന ഒരു പക്ഷിയെ രാജാവാക്കണമെന്നായിരുന്നു അദ്ദേഹത്തിന്റെ ആഗ്ര ഹം.

എന്താ, ഒരു പാട്ടുകാരനെ രാജാവാക്കുന്നതിൽ നിങ്ങൾക്ക് വല്ല എതിർപ്പുമുണ്ടോ? - അഴകൻ മയിൽ ചോദിച്ചു.

ഇല്ലില്ല; തിരുമേനിയുടെ ആഗ്രഹംപോലെ നടക്കട്ടെ -എല്ലാ പക്ഷികളും അഴകൻമയിലിന്റെ അഭിപ്രായത്തോട് യോജിച്ചു.

എങ്കിൽ നമുക്ക് കൊട്ടാരത്തിൽ നല്ലൊരു സംഗീത മത്സരം സംഘടിപ്പിക്കാം - അഴകൻ മയിയൽ തന്റെ തീരുമാനം അറിയി ച്ചു.

ഒട്ടും വൈകാതെ ഒരു ദിവസം അഴകൻ മയിലിന്റെ കൊട്ടാര ത്തിൽ കെങ്കേമമായ സംഗീത മത്സരം നടന്നു. കാക്കയും മൂങ്ങയും തത്തയും കുരുവിയും മാടത്തയും മൈനയും കുഞ്ഞാറ്റക്കിളിയും എന്നുവേണ്ട; കാക്കത്തമ്പുരാട്ടിമാർ പോലും മത്സരത്തിൽ പങ്കെ ടുക്കാനുണ്ടായിരുന്നു.

വാശിയേറിയ മത്സരത്തിൽ നമ്പോലൻ കാക്കയാണ് ഒന്നാം

സ്ഥാനം നേടിയത്. അക്കാലത്ത് കാക്കകൾക്ക് നന്നായി പാടാനുള്ള കഴിവുണ്ടായിരുന്നു. ശബ്ദമാധുര്യത്തിൽ കുയിലുകളെക്കാൾ ഏറെ മുന്നിലായിരുന്നു കാക്കകൾ :

പിറ്റേന്നു രാവിലെ കിളിമംഗലം കൊട്ടാരത്തിൽ നടന്ന ചടങ്ങിൽ അഴകൻമയിൽ തന്റെ തലയിലിരുന്ന മണിക്കിരീടം നമ്പോലൻ കാക്കയുടെ കരിന്തലയിൽ അണിയിച്ചു.

പക്ഷേ എന്തുചെയ്യാം? കിരീടം തലയിൽ വന്നതോടെ നമ്പോലൻകാക്ക മഹാഅഹങ്കാരിയായി മാറി. അവൻ മറ്റു പക്ഷികളെയെല്ലാം കൊത്താനും ഞോടാനും പരിഹസിക്കാനും തുടങ്ങി.

സംഗീത മത്സരത്തിൽ തന്നോട് മത്സരിച്ച പക്ഷികളോടെല്ലാം അവന് വലിയ വെറുപ്പും ദേഷ്യവുമായിരുന്നു.

ഇനിമേൽ ഞാനല്ലാതെ മറ്റൊരു പാട്ടുകാരനും ഇവിടെ വേണ്ട! - അവൻ പരസ്യമായി പ്രഖ്യാപിച്ചു. ഇതിനിടയിലാണ് അഴകൻ മയിൽ പുതിയ മഹാരാജാവിനെ സന്തോഷിപ്പിക്കാൻ കെങ്കേമമായ ഒരു സദ്യ ഒരുക്കിയത്. കിളിമംഗലത്തെ എല്ലാകിളികളേയും ഈ രാജകീയ സൽക്കാരത്തിലേക്ക് ക്ഷണിച്ചിരുന്നു. എല്ലാ പക്ഷികളും സദ്യയിൽ പങ്കെടുക്കാനായി വളരെ നേരത്തെതന്നെ പറന്നെത്തി. എന്നാൽ സദ്യതുടങ്ങേണ്ട സമയം കഴിഞ്ഞിട്ടും നമ്പോലൻ തിരുമേനി മാത്രം അവിടേയ്ക്ക് എഴുന്നുള്ളിയില്ല.

കാത്തിരുന്ന് കാത്തിരുന്ന് അഴകൻ മയിലിന്റെ ക്ഷമനശിച്ചു. അപ്പോൾ അദ്ദേഹം പറഞ്ഞു:

കാക്ക തിരുമേനി വരുന്നില്ലെങ്കിൽ വേണ്ട; നമുക്കുടനെ സദ്യ ആരംഭിക്കാം.

പറഞ്ഞു തീരേണ്ട താമസം, എല്ലാ വിഭവങ്ങളും ഇലകളിൽ ഛടഛടായെന്ന് നിറഞ്ഞു. എല്ലാവരും തീറ്റതുടങ്ങി. ഹയ്യട! ഇതിനിടയിലായിരുന്നു കാക്കത്തിരുമേനിയുടെ എഴുന്നള്ളത്ത്! എല്ലാവരും തീറ്റിതുടങ്ങിയെന്നു കണ്ടപ്പോൾ തിരുമേനിയ്ക്ക് കോപംവന്നു. അദ്ദേഹം പറഞ്ഞു:

ങ്ഹാ, എന്നെ കാത്തിരിക്കാതെ എല്ലാരും തീറ്റ തുടങ്ങിയല്ലോ? തിന്നോളൂ തിന്നോളൂ; പക്ഷേ പായസം ഒരു തുള്ളിപോലും തരില്ല. മുഴുവൻ ഞാൻ കുടിക്കും!

അദ്ദേഹം കലവറയിൽ കടന്ന് ധിക്കാരത്തോടെ പായസഉരുളിയിൽ നിന്ന് പായസം കൊത്തി ഒറ്റവിഴുങ്ങ്!

ഹമ്മേ!..... എന്റെ തൊണ്ട പോയേ! -തൊമ്മാടിക്കാക്കയുടെ തൊണ്ട മുഴുവൻ പൊള്ളി താറുമാറായി! അതോടെ കാക്കയ്ക്ക് പാടാനുള്ള കഴിവ് നഷ്ടപ്പെട്ടു. അന്നുമുതലാണ് ക്രാക്രാ എന്ന പതറിയ ശബ്ദം കാക്കയ്ക്ക് കിട്ടിയത്.

കൂനനുറമ്പും ചങ്ങാതിമാരും

കണ്ണൂക്കരയിൽ ഒരു എണ്ണവിൽപ്പനക്കാരൻ കണ്ണപ്പനുണ്ണി പാർത്തിരുന്നു. എണ്ണക്കച്ചവടം നടത്തി അയാൾ ഒരു വലിയ പത്തായം നിറയെ പൊൻപണം സമ്പാദിച്ചു.

എങ്കിലും അറുത്ത കൈക്ക് ഉപ്പുതേക്കാത്ത ഒരു ദുഷ്ടനായിരുന്നു അയാൾ. തീരെ പാവങ്ങളോടുപോലും അയാൾ യാതൊരു അലിവും കാണിച്ചിരുന്നില്ല.

ഒരിക്കൽ ചേനത്തടത്തിലെ കൂനനുറമ്പ് തേച്ചുകുളിക്കാൻ ഇത്തിരനല്ലെണ്ണ കടം വാങ്ങാൻ കണ്ണപ്പനുണ്ണിയുടെ കടയിലെത്തി. ഉറുമ്പ് ചോദിച്ചു:

എണ്ണക്കാരാ, തേച്ചുക്കുളിക്കാൻ
തരുമോയിത്തിരി നല്ലെണ്ണ?
കാശുപതുക്കെ തന്നോളാം ഞാൻ
തരുമോയിത്തിരി നല്ലെണ്ണ?

-കൂനനുറമ്പ് കണ്ണപ്പനുണ്ണിയെ താണുവണങ്ങി.

ഇല്ലില്ല; കൂനനും കുരുടനുമൊക്കെ എണ്ണ കടം തരാൻ ഇതെന്താ വല്ല വഴിയമ്പലമോ മറ്റോ ആണോ ? വേഗം കടന്നു പൊയ്ക്കോ. അല്ലെങ്കിൽ കൂനിനുനോക്കി ഒരു കുത്തുതരും! - കണ്ണപ്പനുണ്ണി കൂനനുറുമ്പിനെ ആട്ടിവിട്ടു.

പാവം കൂനനുറുമ്പ്! അവൻ പൊട്ടിക്കരഞ്ഞുകൊണ്ട് വീട്ടിലേക്ക് യാത്രയായി. അവൻ കരഞ്ഞുകൊണ്ടുപോകുന്നത് നീരാട്ടുകടവിലെ നീർക്കോലിപ്പാമ്പുകണ്ടു.

കൂനനുറുമ്പേ ചങ്ങാതീ നീ
എന്താണിങ്ങനെ കരയുന്നേ?
ആനവരുന്നതു കണ്ടിട്ടാണോ
ആടോ മാടോ വന്നിട്ടോ?

-കൂനനുറുമ്പ് ഉണ്ടായ കഥകളെല്ലാം നീർക്കോലിപ്പാമ്പിനോടു പറഞ്ഞു.

എങ്കിൽ നമുക്ക് കണ്ണപ്പനുണ്ണിയെ ഒരു പാഠം പഠിപ്പിക്കണം. നീ സങ്കടപ്പെടാതെ എന്റെ കൂടെ വാ.

-നീർക്കോലിപ്പാമ്പ് കൂനനുറുമ്പിനേയും കൂട്ടി കണ്ണപ്പനുണ്ണിയുടെ മാളിക വീട്ടിലേക്ക് യാത്രയായി.

കൂനനുറമ്പും നീർക്കോലിപ്പാമ്പും കൂടി തിരക്കിട്ടുപോകുന്നത് ചിതലിമലയിലെ മുതലയണ്ണൻ കണ്ടു.

എന്താ ചങ്ങാതിമാരേ, എങ്ങോട്ടാ യാത്ര? മുതലയണ്ണൻ ചോദിച്ചു. ഉണ്ടായതെല്ലാം അവർ മുതലയണ്ണനോടു പറഞ്ഞു. അതു കേട്ടപ്പോൾ മുതലയണ്ണനും അവരോടൊപ്പം പുറപ്പെട്ടു.

അവർ മൂവരുംകൂടി പോകുന്നത് ചേലക്കരയിലെ നീലൻ തേൾക ണ്ടു. അവൻ ചോദിച്ചു:

എന്താണിത്ര തിടുക്കത്തിൽ -ഹൊയ്
എങ്ങോട്ടാണ് തിടുക്കത്തിൽ?
അടയോ വടയോ തിന്നാനാണോ?
അടിപിടി-കടിപിടി കൂടാനോ?

-അവർ കാര്യംപറഞ്ഞു. അതോടെ നീലൻതേളും അവരോ ടൊപ്പം ചേർന്നു.

അന്തിമയങ്ങിയപ്പോൾ കൂനനുറമ്പും കൂട്ടുകാരും എണ്ണക്കാരൻ കണ്ണപ്പനുണ്ണിയുടെ മാളികവീട്ടിലെത്തി.

അവർ കതകിൽ തട്ടിയപ്പോൾ കണ്ണപ്പനുണ്ണി വന്ന് വാതിൽ തുറ ന്നു. ആ തക്കം നോക്കി നാലുപേരും പാത്തും പതുങ്ങിയും അക ത്തുകടന്നു.

നീലൻതേൾ മൂലയ്ക്കിരുന്ന വടിയിൽ കേറിയിരുന്നു. നീർക്കോ ലിപ്പാമ്പ് ചൂലിനുള്ളിൽ ഒളിച്ചു. കൂനനുറുമ്പ് മാളത്തിൽ പതുങ്ങി യിരുന്നു. മുതലയണ്ണൻ നേരെ പാഞ്ഞുകയറി.

അകത്തുകടന്നപ്പോൾത്തന്നെ മുതലയണ്ണൻ കണ്ണപ്പനുണ്ണിയുടെ കണങ്കാലിന് നല്ലൊരു കടികൊടുത്തു.

മുതലയെ തല്ലാൻ ചൂലെടുത്തപ്പോൾ നീർക്കോലിപ്പാമ്പ് അയാ ളുടെ കാലിൽ കൊത്തി. പാമ്പിനെ തല്ലാൻ വടിയെടുത്തപ്പോൾ നീലൻതേൾ അയാൾക്ക് നല്ലൊരു കത്തുകൊടുത്തു.

കുത്തുകൊണ്ട് പേടിച്ചുനിൽക്കുമ്പോൾ കൂനനുറുമ്പ് കുതികാ

ലിൽ ഒരു കടിക്കൊടുത്തു. എന്നിട്ടുപറഞ്ഞു:

എണ്ണക്കാരാ, തന്നോളൂ-നീ
എനിക്കു വേഗം നല്ലെണ്ണ
അല്ലെന്നാകിൽ ഞങ്ങൾ നിന്നെ
കടിച്ചുകൊല്ലും ഞൊടിയിടയിൽ!

-ഇതുകേട്ടതോടെ കണ്ണപ്പനുണ്ണി പേടിച്ച് ഒരു കുടം എണ്ണയെടുത്ത് കൂനനുറുമ്പിനു കൊടുത്തു. അതോടെ കണ്ണപ്പനുണ്ണിയുടെ അഹങ്കാരവും മാറി.

മാണിക്യൻതത്തയും മരം വെട്ടുകാരനും

മയിൽപ്പീലികുന്നിന്റെ താഴ്വരയിൽ പണ്ടൊരു ചിങ്കാരവേലനുണ്ടായിരുന്നു. കാട്ടിൽ നിന്ന് വിറകുവെട്ടി വിറ്റാണ് അയാളും കുടുംബവും കഴിഞ്ഞിരുന്നത്. മഴവന്നാൽ ചോരുന്ന ഒരു കൊച്ചുകൂരയിലായിരുന്നു അവരുടെ താമസം.

ഒരുദിവസം രാവിലെ ചിങ്കാരവേലൻ കാട്ടിലേക്ക് കയറിപ്പോകുമ്പോൾ ഒരു കരച്ചിൽ കേട്ടു. ഏതോ ഒരു പക്ഷി പേടിച്ചുകരയുകയാണ്! എന്താണാവോ? അയാൾ അവിടേയ്ക്ക് ഓടിച്ചെന്നു. അതാ, ഒരു പഞ്ചവർണ്ണത്തത്ത വേടൻ വിരിച്ച വലയിൽ കുരുങ്ങിക്കിടുന്ന് പിടയുന്നു:

അയ്യോ! രക്ഷിക്കണേ; രക്ഷിക്കണേ! വേടൻ വന്നാൽ എന്നെ കൊന്നു തിന്നുമേ!

-തത്തയുടെ ദയനീയമായ കരച്ചിൽകേട്ട് അലിവുതോന്നിയ ചിങ്കാരവേലൻ വലക്കുരുക്കിൽ നിന്ന് അതിനെ രക്ഷപ്പെടുത്തി. തത്തയ്ക്ക് സന്തോഷമായി. തത്ത പറഞ്ഞു:

ഏയ് മരംവെട്ടുകാരാ, തത്തകളുടെ രാജാവായ മാണിക്യനാണ് ഞാൻ! എന്നെ രക്ഷപ്പെടുത്തിയതിന് പ്രതിഫലമായി ഞാൻ താങ്കൾക്ക് നിത്യവും ഓരോ പൊൻനാണയം തരാം. നാളെ രാവിലെ കുന്നിൻ ചരിവിലുള്ള ചാമ്പമരത്തിന്റെ ചോട്ടിൽ വന്നോളൂ.

ചിങ്കരവേലൻ പിറ്റേന്നു രാവിലെ ചാമ്പമരച്ചോട്ടിലെത്തി. അപ്പോൾ വാക്കുപറഞ്ഞതുപോലെ ചുണ്ടിലൊരു പൊൻനാണയവുമായി മാണിക്യൻ തത്ത അവിടെ ഇരിക്കുന്നുണ്ടായിരുന്നു.

പൊൻപണം കിട്ടിയപ്പോൾ ചിങ്കാരവേലന് സന്തോഷമായി. അയാൾ പൊൻപണവുമായി അങ്ങാടിയിലേക്ക് ഓടി. അതു വിറ്റ

പ്പോൾ അയാൾക്ക് കൈ നിറയെ കാശുകിട്ടി.

പിന്നെ മുടങ്ങാതെ ഓരോ ദിവസവും മാണിക്യൻതത്ത അയാൾക്ക് ഓരോ പൊൻപണം കൊടുത്തുകൊണ്ടിരുന്നു. അതോടെ മട്ടും മാതിരിയുമൊക്കെ മാറി. പണിയെടുക്കുന്ന കാര്യം തന്നെ അയാൾ മറന്നു.

താമസിക്കുന്ന കൂര പൊളിച്ചുകളഞ്ഞ് അവിടെ വലിയൊരു മാളികവീടു പണിതു. ഭാര്യയ്ക്കും മക്കൾക്കും കയ്യിലും കാതിലും മൂക്കിലുമെല്ലാം എടുത്താൽ പൊങ്ങാത്ത പൊന്നാഭരണങ്ങൾ വാങ്ങിത്തൂക്കിയിട്ടു.

ആഹാരം കഴിക്കാൻ സ്വർണ്ണം പൂശിയ പാത്രങ്ങൾ! മക്കൾക്ക് ആടിരസിക്കാൻ സാക്ഷാൽ പൊന്നൂഞ്ഞാൽ!....

ചിങ്കാരവേലന്റെ അതിമോഹത്തിന് അതിരില്ലാതായി. തന്റെ മണിമാളികയുടെ മേൽക്കൂര സ്വർണ്ണം കൊണ്ടു പൊതിയണമെന്ന് അയാൾ മോഹിച്ചു. അതിനെന്തുവഴി?

തത്തയെ ഒന്നു വിരട്ടിയാൽ അക്കാര്യം നടക്കുമെന്ന് അയാൾ കണക്കുകൂട്ടി.

പതിവുപോലെ ഒരു ദിവസം മാണിക്യൻതത്ത പൊൻപണവുമായി എത്തിയപ്പോൾ ചിങ്കാരവേലൻപറഞ്ഞു: ഏയ് തത്തച്ചാരേ, ഓരോ ദിവസവും പൊൻപണം തേടി ഒരു ഭിക്ഷക്കാരന്റെ മാതിരി നിന്റെ മുന്നിൽ വരാൻ എനിക്കുപറ്റില്ല.

പിന്നെ എന്തുവേണം? -തത്ത അന്വേഷിച്ചു.

എനിക്കെന്റെ പണം നിത്യേന വീട്ടിലെത്തിച്ചുതരണം -ചിങ്കാരവേലൻ ആവശ്യപ്പെട്ടു.

അയ്യോ, അതുപറ്റില്ല. ഞാനിത് വളരെ ദൂരെയുള്ള ഒരു സർപ്പക്കാവിനകത്തെ പൊന്നറയിൽ നിന്ന് കൊണ്ടുവരുന്നതാണ്. ഇത്രയും ദൂരം വരുമ്പോൾത്തന്നെ എന്റെ ചിറകുകൾ തളരും. അപ്പോൾ താങ്കളുടെ വീടുവരെ വരുന്നതെങ്ങനെയാണ്? - തത്ത ചോദിച്ചു.

ഇതുകേട്ടതോടെ ചിങ്കാരവേലൻ ഒറ്റച്ചാട്ടത്തിന് മാണിക്യൻ തത്തയെ കടന്നുപിടിച്ചു. എന്നിട്ടുപറഞ്ഞു:

എനിക്കെന്റെ സ്വർണ്ണം ഒന്നിച്ചുകിട്ടണം. പൊന്നറകാണിച്ചുതന്നാൽ ഞാനതൊക്കെ വാരിയെടുത്തോളാം.

വേഗം പറഞ്ഞില്ലെങ്കിൽ നിന്നെ ഞാൻ കൊല്ലും - അയാൾ

തത്തയുടെ കഴുത്തിൽ പിടിച്ച് പിരിക്കാൻ തുടങ്ങി.

അയ്യയ്യോ! എന്നെ കൊല്ലരുതേ. പൊന്നറ എവിടെയാണെന്ന് ഞാൻ കാണിച്ചുതരാം. എന്റെ കൂടെവാ!

-അയാൾ മാണിക്യൻ തത്തയുടെ പിന്നാലെപോയി. കുന്നുകൾക്കപ്പുറത്തുള്ള ഒരു പൊന്തക്കാട് ചൂണ്ടിക്കാണിച്ചിട്ട് തത്തപറഞ്ഞു:

ദാ, ഇതിനകത്താണ് പൊന്നറയുള്ളത്. വേഗം വാരിയെടുത്തോളൂ -

ആർത്തിക്കാരനായ ചിങ്കാരവേലൻ സർപ്പക്കാവിനുള്ളിലേക്ക് ഓടിക്കയറി. അവിടെ കണ്ട അറയിലേക്ക് അയാൾ ഒരു ഭ്രാന്തനെപ്പോലെ കയ്യിട്ടു. പെട്ടെന്ന് അതിനുള്ളിൽ നിന്ന് പത്തിവിരുത്തിയ ഒരു സർപ്പം പുറത്തേക്കുചാടി! സർപ്പം മൂന്നുവട്ടം അയാളെ ആഞ്ഞുകൊത്തി. കൊത്തേറ്റുപിടഞ്ഞ അയാൾ ഉറക്കെ കരഞ്ഞുകൊണ്ട് അവിടെനിന്നും ഓടി. പക്ഷേ എന്തുഫലം? അയാൾ ആ പൊന്തക്കാട്ടിനുള്ളിൽ കുഴഞ്ഞുവീണ് മരിച്ചു. നോക്കണേ, അത്യാർത്തിയുടെ ഫലം!